मोडेन पण वाकणार नाही

वपु काळे

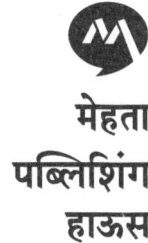

मेहता
पब्लिशिंग
हाऊस

- *या पुस्तकातील लेखकाची मते, घटना, वर्णने ही त्या लेखकाची असून त्याच्याशी प्रकाशक सहमत असतीलच असे नाही.*

MODEN PAN VAKNAR NAHI by V.P. KALE

मोडेन पण वाकणार नाही : वपु काळे / कथासंग्रह

© स्वाती चांदोरकर व सुहास काळे

मराठी पुस्तक प्रकाशनाचे हक्क मेहता पब्लिशिंग हाऊस, पुणे

प्रकाशक : सुनील अनिल मेहता, मेहता पब्लिशिंग हाऊस,
१९४१ सदाशिव पेठ, माडीवाले कॉलनी, पुणे – ४११०३०.

मुखपृष्ठ : कमल शेडगे

प्रकाशनकाल : ऑक्टोबर, १९७० / मार्च, १९८३ / ऑगस्ट, १९८६ / नोव्हेंबर, १९९२ / सप्टेंबर, १९९६ / मार्च, २००० / जानेवारी, २००३ / जानेवारी, २००५ / ऑक्टोबर, २००६ / जानेवारी, २००८ / जून, २००९ / ऑगस्ट, २०१० / सप्टेंबर, २०११ / सप्टेंबर, २०१२ / एप्रिल, २०१३ / मार्च, २०१४ / जून, २०१५ / सप्टेंबर, २०१६ /
पुनर्मुद्रण : मार्च, २०१८

P Book ISBN 9788177663693
E Book ISBN 9788184987560
E Books available on : play.google.com/store/books
www.amazon.in

प्रिय शुक्ल,
बिजय दास आणि
सुरेशचंद्र नाडकर्णी

भक्तीयोग, ज्ञानयोग आणि कर्मयोग ह्यांचा संगम
मी तुम्हा तिघांत पाह्यला.
आयुष्यातला प्रत्येक क्षण जागरूकपणे जगणं,
ही त्या शक्तीचीच पूजा.
तत्त्वांचं पालन करणारा वाकत तर नाहीच,
पण मोडतही नाही.
मी मात्र तुमच्यासमोर झुकलो आहे.

वपु.

अनुक्रमणिका

"नको असताना घरात येणारा पैसा विषय असतो. आता मी दारिद्र्य पचवले आहे; तेव्हा असा पैसा नको. माणूस मरणाला भितो, कारण नंतरचा प्रवास माहीत नसतो. दारिद्र्याचं पण तसंच. पण आता दारिद्र्य कसं उपभोगायचं हे मला आणि तुमच्या पुतण्याला चांगलं समजलंय. ती बॅग उचला आणि जा."

सुंभ जळतो, पीळ उरतो

ही कथा मी केवळ ऐकलेली ! प्रतिभा-विलासातून ह्या कथेचा जन्म झालेला नाही. एका मित्राकडून मी ही कथा ऐकली ! तो सांगतो, हे सर्व असंच घडलं. मी त्यावर विश्वास ठेवला. कारण माझा मित्र उगीचच खोटं सांगणार नाही. तेवढी त्याला प्रतिभा नाही. नाही तर मग त्यानंच कल्पनेचा मीठ-मसाला वापरून एक कथा पाडली असती. पण तो तसा नाही. त्यानं मलाच येऊन सर्व सांगितलं. त्या मित्राचं नाव रघुनाथ वर्तक !

—दोन भावांची ही कथा ! एकाच बापाचं जिद्दी रक्त अंगात खेळलेले हे दोन भाऊ. तशी ही कथा निव्वळ ह्या दोन भावांची नाही. त्यात इतर लोक आहेत. इतर म्हणजे, धाकट्या भावाचा साहेब. त्याचं ऑफिस, त्याची बायको, आणि धाकट्या भावाचा एकुलता एक मुलगा. ह्या एकुलत्या मुलाचं कथेत खास काम नाही. फक्त त्या मुलाच्या आईनं त्याला, धाकट्या भावाच्या म्हणजेच त्या मुलाच्या वडिलांच्या पायांवर एकदा ठेवलं आणि ती रडत

म्हणाली,

'ह्याच्याकडे तरी बघा.'

—बस. त्या एकुलत्या एक मुलाची एवढीच भूमिका.

त्यानंतरचे इतर म्हणजे, तो मोठा भाऊ आणि त्याला जिनं ठेवून घेतला होता ती नटी !

खुद्द रघुनाथ वर्तकही या कथेत आहे. केवळ तो त्या कथेत अडकला म्हणून आणि त्या कथेतलाच एक झाला म्हणून.

—रघुनाथ ह्या कथेत अडकला, ही कथा माझ्यापर्यंत आली.

सुरुवातीला एवढ्याचसाठी सांगितलं,

'ही कथा मी केवळ ऐकलेली.'

ह्या कथेत तात्पर्य शोधू नका. सापडणार नाही. पुष्कळ घटना नुसत्या घडतात, मागं आठवणी उरतात, तात्पर्य उरत नाही.

आणि कसं उरावं ? - जेव्हा एखाद्याच्या रक्तातच वेगळेपणा असतो तिथं काय शोधावं ? जिद्दीला पेटणं हाच जिथं स्थायिभाव त्या माणसांना कुणी आवरावं ? अशी माणसं एकेकटी पडतात, एकेकटी झगडा देतात, एकेकटी जळून जातात. त्यांच्याबरोबर इतरांचं मरण ओढवतं, पण ती मागं हटत नाहीत. जिथं ती स्वत: जिवावर उदार होतात, तिथं त्यांना इतरांच्या आयुष्याशी काय कर्तव्य उरतं ?

—रघुनाथ वर्तक मला अजून विचारतो केव्हा केव्हा,

'हे असं का ?'

—मी गप्प राहतो. कारण ह्या प्रश्नांना उत्तरं असतात, पण तात्पर्य नसतात.

—रघुनाथ वर्तकनं ही गोष्ट फार का लावून घ्यावी ? — तो ह्या कथेत फार अडकलेला नव्हता. दोन भावांपैकी त्याचा परिचय झाला धाकट्याशी. मग धाकट्याची बायको पण ओळखीची झाली. ती ओळख वाढली. सुख-दु:खं बोलली जाऊ लागली, आणि मग धाकट्या भावाच्या या बायकोच्या वतीनं रघुनाथ वर्तकला एक छोटीशी भूमिका पार पाडावी लागली. ती भूमिका म्हणजे मोठ्या भावाला, त्या त्याच्या नटीच्या घरी जाऊन भेटायचं. रघुनाथ वर्तक त्या भावाला भेटायला गेला, आणि नको तो प्रसंग घडला. त्या मोठ्या भावाच्या अंगावर, दिवाणखान्यातून ज्या दोन चपला भिरकावण्यात आल्या, त्यांतील एक चप्पल रघुनाथ वर्तकच्या अंगावर पडली.

अरे पण हो, ही सगळी कथा फार गूढ व्हायला लागली. माफ करा हं, हे असं होतं. ऐकलेली कथा सांगायची म्हणजे एकदम काय सांगू न् काय नको सांगू असं होऊन जातं ! —आता पहिल्यापासून नीट सांगतो, म्हणजे गोंधळ

व्हायचा नाही.

—पहिला नंबर धाकट्या भावाचा ! त्याचं नाव नाही सांगायचं. हा धाकटा आणि तो मोठा, हीच त्यांची नावं ! —तर हा धाकटा होता एका निमसरकारी ऑफिसात नोकरीला. नोकरीला लागून झाली होती दहा वर्षं ! —दहा वर्षं हा आकडा तसा लहान नाही. त्याचे दिवस केले तर, तीन हजारांच्या वर भरतात. आता तुम्ही म्हणाल की, नोकरीला लागलेली माणसं निवृत्त होईतो, तीस तीस वर्षं एकाच खुर्चीला चिकटून नोकरी करतात. खरं आहे. पण ह्या धाकट्याची गोष्ट निराळी आहे. ह्या दहा वर्षांच्या नोकरीच्या काळात ह्या धाकट्यानं एकही दिवस रजा घेतली नव्हती. इतकंच नव्हे तर, एकही दिवस त्याला Late mark झालेला नव्हता. पण ही त्याची ख्याती एक दिवस संपली. त्याच्या ह्या व्रताला तडा गेला. केवळ दहाच मिनिटांनी त्याला उशीर झाला, आणि ह्या कथेची सुरुवात झाली.

—नावाखाली तांबडी खूण पडलेली पाहताच धाकटा म्हणाला, 'ही तांबडी खूण पुसून टाका.'

—हेडक्लार्क म्हणाला, 'तसं करता येणार नाही.'

'कायदा किंवा ऑफिसचे नियम मला शिकवू नका. माझं गेल्या दहा वर्षांचं रेकॉर्ड तुम्हाला माहीत आहे.' धाकटा म्हणाला.

'ते माहीत असलं तरी, आजचा लेटमार्क जो झाला तो झाला. त्यात बदल व्हायचा नाही.

'नियमांना अपवाद असतात—' धाकटा म्हणाला.

'तुम्ही साहेबांची सही आणा, मग बघू.'

साहेबांबद्दल धाकट्याला फार विश्वास होता. कारण गेली दहा वर्षे साहेबांची अब्रू अनेक वेळा धाकट्यानं सांभाळली होती. तेव्हा साहजिकच साहेब आपल्या शब्दाबाहेर नाही ही त्याला खात्री होती. पण तशातला प्रकार नव्हता. धाकट्यानं आपल्या शहाणपणाची ऐट कधीही मिरवली नव्हती. कुणाजवळही बढाया मारल्या नव्हत्या. जेणेकरून साहेबांच्या 'साहेब' ह्या स्थानाला गौणत्व येईल, ह्याचा पाणउतारा होईल असा कोणताही प्रकार धाकट्यानं केलेला नव्हता. साहेबासमोर तो कधी खुर्ची घेऊन बसलाही नव्हता. पण नेमकी हीच त्याची मर्यादा, हीच शालीनता साहेबाला बोचत होती. आपल्याला आपल्या हाताखालच्या माणसाची मदत घ्यावी लागते ह्याचं साहेबांना वैषम्य होतं. त्यांना धाकट्याची मदतही हवी होती, आणि त्याच खेपेला ती मदत घ्यावी लागते ह्याचा रागही होता. धाकटा तक्रार घेऊन गेला तेव्हा साहेब म्हणाला, 'एवढं मनावर काय घेताय ? हा पहिलाच लेटमार्क आहे.'

'तो प्रश्नच नाही; लेटमार्क होता कामा नये. मला माझ्या नावाखाली तांबडी रेघ खपणार नाही.'

'तुम्हाला उशीर झालाय ही गोष्ट तरी खरी आहे ना ?'

'दहा वर्षांत प्रथमच.'

'That's enough.'

'I will have to represent them' धाकटा म्हणाला.

'You can.'

ह्या दोन शब्दांनी संवाद संपला. धाकटा बाहेर आला.

मग अर्ज झाला. निकाल आणि तोही अनुकूल निकाल-लागेपर्यंत आपण काम करणार नाही हे धाकट्यानं जाहीर केलं !

प्रकरण पेटलं, अनिष्ट वळण घेऊ लागलं.

आणि एके दिवशी ऑफिसच्याच समोरच्या फूटपाथवर झाडाखाली, अन्यायाचा प्रतिकार करण्यासाठी धाकट्यानं प्राणान्तिक उपोषण सुरू केलं !

मग सर्व हालचाली निराळ्याच वेगानं सुरू झाल्या. जाता-येता कामावर जाणारे लोक थबकू लागले. अनुकूल - प्रतिकूल बोलू लागले. साहेबाचा, हेडक्लार्कचा नक्षा ह्या प्रकरणात अनेकांना उतरायला हवा होता. धाकटा अनेकांची सहानुभूती बाळगून होता. तर अनेकांचं मत, धाकटा भलत्याच बाबतीत हट्टाला पेटलाय असं होतं.

एक-दोन करता करता उपोषणाचा दहावा दिवस उजाडला. धाकट्याच्या चाहत्यांनी छोटासा तंबू उभारला तिथं. निजायला कॉट आली. उशापायथ्याशी हितचिंतक आले.

धाकट्याची फाईल दिवसेंदिवस फुगत होती. धाकटा रोडावत चालला होता. गेल्या दहा वर्षांत धाकट्यानं कधीच रजा घेतलेली नाही. ह्याचा उल्लेख साहेबांनी केला नाही. केवळ लेट मार्क कॅन्सल व्हायला हवा म्हणून हा चावटपणा चाललाय असाच सूर होता त्यांच्या लिखाणात !

अकराव्या दिवशी धाकट्याची अवस्था बिकट झाली. त्या दिवशी धाकट्याची बायको, लहानग्या मुलाला घेऊन तिथं आली. धाकट्याच्या पायावर मुलाला ठेवीत ती आक्रोश करीत म्हणाली,

'ह्याच्याकडे तरी बघा हो.—'

आणि ह्याच क्षणी रघुनाथ वर्तक ह्या कथानकात आला ! कुतूहल म्हणून तो तिथं घोटाळला; आणि धाकट्याच्या बायकोला तो ऑफिसातलाच वाटला. तिनं ह्याला सगळी घरातली परिस्थिती सांगितली आणि रघुनाथ वर्तकनं एकदम ठरवलं की, ह्यात आपण जमेल तेवढं साहाय्य करायचं.

ऑफिसात मग रघुनाथ धाकट्यासाठी निरनिराळ्या ऑफिसर्सना भेटत राहिला. खात्या-खात्यातून धाकट्याचे कागदपत्र फिरत होते, त्याचा मागोवा घेत रघुनाथ फिरत राहिला. कुठं कुठं पैसे दाबू लागला आणि अठराव्या दिवशी धाकटा जगतोय का मरतोय अशा अवस्थेला जाऊन पोहोचला. मग त्याला हॉस्पिटलमध्ये दाखल करण्यात आलं !

'माझं चुकलं-' असं धाकट्यानं म्हटलं तर, साहेब सर्व प्रकरण दाबून टाकणार होता. धाकटा तयार नव्हता !

एके दिवशी मग धाकट्याच्या बायकोनं आपल्या दिराचा—मोठ्या भावाचा पत्ता दिला. सिनेसृष्टीत जिच्या नावाचा दबदबा होता, जिच्या सिनेमावर, भूमिकेवर लोक वेडेपिसे झाले होते, कित्येक पागल झाले होते, एकदोघांनी तर जिचा ध्यास घेऊन जीव दिला होता — अशा त्या नटीच्या घरी तो मोठा राहात होता.

त्या नटीच्या बंगल्यावर रघुनाथ वर्तकचं स्वागत प्रथम चार प्रचंड अल्सेशियन कुत्र्यांनी केलं. पाच-सहा पहारेकऱ्यांनी त्यांना आवरलं. वर्तकला फाटकापाशीच उभं करून पहारेकऱ्यांनी तिथूनच आत फोन केला. आतून परवानगी मिळाल्यावर वर्तकला आत सोडण्यात आलं !

बंगल्याभोवतालच्या प्रचंड लॉनवर मोठा बसला होता. तो इतका देखणा होता की, वर्तकला वाटलं, तोही एक नटच असणार. त्यानं तंग सुरवार घातली होती आणि वर लखनौ झब्बा घातला होता. त्याची बटणं लावण्याची त्यानं मुळीच फिकीर केली नव्हती. त्या राजबिंड्या व्यक्तिमत्त्वाकडे रघुनाथ पाहातच राहिला. तेवढ्यात त्या गृहस्थानंच रघुनाथला हाक मारली.

—रघुनाथ वर्तकला ती हिरवळ आपण तुडवावी की नाही याचा विचार पडला. तेवढ्यात मोठा त्याच्या जवळ आला आणि म्हणाला, 'आपण व्हरांड्यात बसू.'

—ते दोघं व्हरांड्यापाशी जातात तोच आतून मंजुळ आवाजात हाक आली, 'टॉमी, टॉऽऽमीऽऽ !'

—कोणता तरी कुत्रा धावत जाईल असं रघुनाथला वाटलं; पण तसं न घडता तो मोठा भाऊच धावत गेला. दोनच मिनिटांनी तो परतला, तेव्हा त्याच्या हातात चार चपलांचे जोड आणि पॉलिशचं सामान होतं.

—रघुनाथ वर्तक चमकला. आपण भलत्यालाच, त्या धाकट्याचा भाऊ समजलो की काय ? असं वर्तकला वाटलं. त्यानं परत नाव विचारलं त्याचं. तो गृहस्थ हसून म्हणाला,

'मीच तो. पण मालकीणबाई मला टॉमी म्हणतात.'

'पण म्हणजे—' रघुनाथला काय बोलावं सुचेना.

'करेक्ट. करेक्ट-टॉमी हे कुत्र्याचं नाव. पण टॉमी म्हटलं म्हणजे मीच जायचं असं ठरलंय.'

—मोठा हे सांगतोय तोच मधल्या दरवाज्यातून दोन चपला बाहेर आल्या. त्यातली एक चप्पल मोठ्याच्या अंगावर पडली आणि दुसरी पडली नेमकी रघुनाथच्या मांडीवर! —रघुनाथ वैतागला. मोठा शांतपणे म्हणाला, 'एक जोड आतच विसरलो.'

परत टॉमी म्हणून हाक आली. मोठा धावला!

ह्या माणसाला काय सांगायचं, कसं सांगायचं असा वर्तकला पेच पडला. तेवढ्यात मोठा परतला. वर्तकनं धाकट्या भावाची सर्व हकीकत सांगितली व मदतीची अपेक्षा व्यक्त केली. त्यावर मोठा म्हणाला,

'यार. माफ करना! पैसेका बंदोबस्त तो नहीं हो सकता. हमें तनखा तो नहीं मिलती यहाँ.' पॉलिश करता करता मोठा म्हणाला.

'तुम्ही इथं फुकट राबता? फुकट हमाली करता?' रघुनाथ एकाएकी ओरडला. ती लाचारी पाहून त्याचं मस्तक फिरलंच होतं जणू. धाकटा असा आणि मोठा हा असा! पण तेवढ्यात तो मोठा म्हणाला,

'मेरे भाई, सुन लो कहानी!' मोठा नाटकीपणानं थांबून पुढं म्हणाला—

'हर एक बात की कुछ ना कुछ कीमत होती है. मुझे कितनी बडी तनखा मिलनेवाली है यह तुम्हें मालूम है?—ये देखो—आणखीन सहा वर्षांनंतर मला कमीत कमी दोन लाख रुपये मिळणार आहेत,

—असं म्हणता म्हणता पॉलिश थांबवून मोठ्यानं खिशातून एक जुनाट पिवळा झालेला कागद काढला. रघुनाथ वर्तकला अगदी खेटून बसत त्याच्या कानात मोठा म्हणाला, 'आमच्या मालकीणबाई एकेका चित्रपटाचं कॉन्ट्रॅक्ट दोन लाखांच्या खाली करत नाहीत. ह्या घटकेला त्यांच्याकडे बारा पिक्चर्स आहेत. पण बाईंनी सांगितलंय की, 'टॉमी, तू जेव्हा प्रोड्यूसर होशील, तेव्हा तुझ्या पिक्चरमध्ये मी फुकट काम करीन—' ह्या कागदावर तसं मला मालकीणबाईंनी लिहून दिलंय. समझे दोस्त? —उस दिनका हम इंतजार करते हैं।'

—मोठ्यानं तो कागद जपून खिशात ठेवला व पुन: पॉलिशचं काम सुरू केलं.

—रघुनाथ वर्तकचं डोकं आणखीनच बधिर झालं!—तो हिशोब त्याला आकलन होईना. बिनपगारी नोकरी करणारा, कुत्र्याचं जिणं जगणारा हा मोठा प्रोड्यूसर कसा होणार हे वर्तकला समजणं अशक्य होतं. तेवढ्यात त्या दोघांच्या समोर एक गृहस्थ येऊन उभा राहिला. त्याला पाहताच मोठ्यानं

पॉलिशचं काम थांबवलं. खिशातून चेकबुक व पेन काढलं आणि तो म्हणाला,

'रामकिशन, आज एक हजार दे रहा हूँ।''

—रामकिशन चेक घेऊन सलाम करीत गेला. तो म्हणाला, 'आतापासून भांडवल गुंतवतो आहे. पाहू या गंमती. आज मालकीणबाई मला टॉमी म्हणतात, पण मी प्रोड्यूसर झाल्यावर मी तिला टॉमी म्हणेन ! —चाळीस हजार जमलेत गेल्या आठ वर्षांत, आणखीन सहा वर्षांनी. हम प्रोड्यूसर बन जायेगा ! —ये साली मेरे पिक्चरमें मोफत काम करेगी.'

—रघुनाथ वर्तकला राहवलं नाही. त्याने एकच प्रश्न विचारला,

'तुम्ही भांडवल कसं काय जमवता ?'

'कमिशन खातो मध्ये. दोन लाखांचं कॉन्ट्रॅक्ट झालं की, त्यात माझे पाच हजार असतात. जाना देव. हमारी अंदरकी बात है वह।'

'बरं, वहिनींना काय सांगू ?'

'भाभीको कहना, छे बरस ठहरो. बडा महाल बांधके नजर करूँगा !—पोर्चमें कॅडलॅक भी खडी करूँगा.'

—रघुनाथ वर्तक बाहेर पडला.

—पंचवीस दिवस उपवास करून धाकटा मरण पावला. मरताना त्यानं ऑफिसच्या कोणत्याही कागदावर सही केली नाही. फंडाचा हिशोब मागितला नाही. कुणालाही अॅथॉरिटी दिली नाही. 'लेट मार्क खोडला का ?' एवढाच प्रश्न तो अधूनमधून विचारायचा.

—धाकटा मेला आणि दुसऱ्याच दिवशी धाकट्याला माफी केल्याचा हुकूम वरिष्ठांकडून आला. धाकट्याचा साहेब, ह्या प्रकरणाला त्यानं अनिष्ट वळण दिलं म्हणून, बडतर्फ झाला होता !

त्यानंतर सहा वर्षांनी सकाळीच मोठा भाऊ धाकट्याच्या घरी वहिनीसमोर उभा राहिला.

'वहिनी, हे ठेव.' मोठ्यानं बॅग उघडली. ती नोटांनी ठेचून भरली होती.

वहिनी बघत राहिली. मोठा म्हणाला,

'माझी उमेद संपली. मी तिला घेऊन पिक्चर करणार होतो. पण तिला मार्केटच उरलं नाही. ती फुकट काम करील, पण तिचं थोबाड आता पब्लिक फुकटदेखील बघणार नाही. अख्खं आयुष्य चुकलं. ऐन उमेदीतलं जीवन मी कुत्र्यासारखं घालवलं. टॉमी, टॉमी, टॉमी—' असं किंचाळत मोठा जाऊ लागला.

वहिनी पुढं होत म्हणाली,

'भाऊजी, थांबा ! ती बॅग उचला. ते विष ह्या घरात नको. सहा वर्षांपूर्वी ह्यातली एक नोट जरी मिळाली असती, तरी ती लाखाच्या ठिकाणी होती. नको असताना घरात येणारा पैसा विषच असतो. आता दारिद्र्य मी पचवलं आहे. तेव्हा असा पैसा नको. माणूस मरणाला भितो. कारण नंतरचा प्रवास माहीत नसतो. दारिद्र्याचं पण तसंच ! जोपर्यंत संसारात काही कमी नव्हतं तोवर दारिद्र्याची फार भीती वाटायची. पण आता दारिद्र्य कसं उपभोगायचं हे मला आणि तुमच्या पुतण्याला चांगलं समजलंय. ती बॅग उचला आणि जा. आता कुणाचा आधार मिळणं हेच ओझं वाटेल.'

—बॅग न घेता मोठा भाऊ बाहेर पडला. त्या कुबट चाळीचा घाणेरडा जिना हातात नाक धरून उतरला. जेमतेम तो सर्वत्र घाण पसरलेल्या, मधल्या चौकात येतो न येतो तोच त्याच्या पायाशी वहिनीनं वरून फेकलेली नोटांची बॅग पडली. ह्या बॅगेला ओलांडून मोठा भाऊ निघून गेला.

बॅगेचं काय झालं हे रघुनाथ वर्तकला माहीत नाही. मोठ्या भावाचं पण काय झालं पुढं, हेही त्याला माहीत नाही. धाकट्याची बायको खस्ता काढत दारिद्र्य उपभोगतेय.

रघुनाथ वर्तक अजून पिळवटून मला केव्हा केव्हा विचारतो,

'हे असं का ?'

—मी गप्प बसतो. कारण प्रश्नाला उत्तर असलं तरी तात्पर्य नसतं !!!

❏

"जे घडून गेलं ते बरं वाटलं. वाटत होतं म्हणून घडलं. मी घडू दिलं. त्यावर आता चर्चा नको. त्यातली रंगत नाहीशी होत आहे."
"ह्याचा अर्थ, तुला फिरणं आवडतं, तू फिरतेस. तुला क्वालिटीतलं आईस्क्रिम आवडतं, तू इथं येतेस. तसंच, एका पुरुषाचा सहवास तुला आवडला. तू लुटलास."
"करेक्ट ! तुला लवकर समजलं."

निगेटिव्हज

घारपुऱ्यांच्या घरची लग्नपत्रिका आणि आमंत्रण आलेलं पाहून रवीन्द्रसमोर भलं मोठं प्रश्नचिन्ह उभं राहिलं. आता हे आमंत्रण स्वीकारायचं की नाही ?—स्वीकारलं तर, ज्या प्रकरणावर कायमचा पडदा पडला होता त्या प्रकरणाला पुन: सुरुवात होणार. पुन: तिचं दर्शन होणार. जुन्या जखमा परत वाहू लागणार. जे घाव निग्रहानं विसरायचा प्रयत्न केला, ते घाव परत होणार. परत पूर्वीचं सगळं आठवणार. ती ह्यातून अलिप्त झाली आहे केव्हाच ! —जवळजवळ वर्षापूर्वीच तिनं आपल्याला तटस्थपणे उपदेश केला, 'प्रेम हा एक रोग आहे, विकार आहे, —आपण त्या रोगापासून बचावलो असं समज—' वगैरे उपदेश तिनं शांतपणे केला. चौपाटीवरून परतताना आपण वाळू जशी सहजगत्या, निर्विकारपणे झटकतो तसं तिनं आपल्याला झटकलं ! —आपण त्यावर अद्वातद्वा बरंच बोललो. तिचं मन वळवायचा प्रयत्न केला. पण तिला मन नव्हतंच. जो जो आपण चिडून बोलत होतो, तो तो ती हसत

होती. आपल्याला खुळचट समजत होती. त्या सर्व प्रकरणात आपण प्रवाहात होतो, ती किनाऱ्यावर होती. तिला आज पाहिल्यावर हे सर्व आठवत राहणार. आज आता आपला तोल जाणार नाही. आपण आता पुष्कळसे निर्ढावलो आहोत. वाहून जाणाऱ्यांपैकी आपण आता राहिलेलो नाहीत. पण तरीही कशाला मुद्दाम त्या बाईसमोर जायचं ?—

—रवींद्रचं एक मन—कशाला जायचं ? —ह्या प्रश्नापाशी येऊन थांबलं, तर दुसरं मन लगेच म्हणालं, 'स्वत:ला तू निर्ढावलेला मानतोस ना ? —मग जा. आज लग्नाला जाणं हा निव्वळ व्यवहार आहे. चार निमंत्रितांसारखा तू जाणार नसून फोटोग्राफर म्हणून जाणार आहेस. आमंत्रण केलं आहे तेही घारपुऱ्यांनी, सुचित्रेनं नाही. कदाचित तूच फोटो काढायला जाणार आहेस हे सुचित्रेला माहीतही नसेल. तू जा. तूही त्रयस्थासारखा वागू शकतोस हे दाखवून दे.'

—दुसऱ्या मनाचा सल्ला रवींद्रने मानला. आमंत्रण होतं ते व्यावहारिक होतं. घारपुऱ्यांनी दिलेला शब्द पाळला होता म्हणायचा. नुकतेच परदेशचा दौरा करून परतलेले ते एक हुद्देदार ऑफिसर. त्यांची मुलाखत प्रसिद्ध झाली तेव्हा त्यांचे फोटो घ्यायला रवींद्र गेला होता. त्याच वेळी रवींद्रने आपली छाप त्यांच्यावर पाडली होती. त्याच वेळी घारपुरे मोकळेपणी म्हणाले होते, 'तुमच्या कामावर मी खूष आहे. लग्नाच्या वेळी आता फोटोचं काम तुमच्याकडे.'

—रवींद्रने आपलं कार्ड त्यांना दिलं.

त्या आश्वासनाप्रमाणं घारपुऱ्यांनी रवींद्रला आमंत्रण केलं होतं. घारपुरे... ! वर्षापूर्वी सुचित्रेनं हे नाव घेताच रवींद्र म्हणाला होता, 'कोण हा घारपुऱ्या ? —मध्येच कोण उपटला हा ?'

—सुचित्रा शांतपणे म्हणाली होती,

'मधेच नाही उपटले, आमची बोलणी चाललीच होती.'

'हे तू मला आज सांगतेस ?'

'मग केव्हा सांगणार ? -लग्न जवळजवळ पक्कं झालं तेव्हा सांगितलं.'

'पक्कं झालं ? -लग्न ठरलं ?'

'त्यात काय ? —ते केव्हा तरी ठरायचं होतंच. माझं लग्न न जमण्याइतकी मी कुरूप आहे का ?'

'सुचित्रा, उगीच भलते फाटे फोडू नकोस.'

'रवी, तू ओरडू नकोस. आपण 'क्वालिटी'त बसलो आहोत, एखाद्या नाक्यावरच्या इराण्याकडे नाही आहोत. जरा सभ्यासारखा बस. शांतपणे

बोल.'

'सुचित्रा, इथं सगळं पेटून निघालंय. तू शांत व्हायचा उपदेश करतेस ? — तुला काही वाटत नाही ?'

'काय वाटायचंय् ?'

'तुझं माझ्यावर प्रेम नाही ?'

'आहे की.'

'मग ?'

'मग काय ? —माझं लग्न झालं तरी माझं तुझ्यावर प्रेम राहिलच की. तू असा हिंदी चित्रपटातल्या नायकासारखा छाती पिटत बसू नकोस. माणसासाठी प्रेम, प्रेमासाठी माणूस नाही. तेव्हा माणसाच्या हातात प्रेम हवं. प्रेमाच्या तावडीत माणूस, असं नसावं.'

'सुचित्रा, मी लग्न करणार होतो तुझ्याशी...'

'तू करणार असशील. मी तुला कधी तरी लग्नाचं बोलले होते ?'

'मी ते गृहीत धरलं होतं.'

'इथंच चुकलास तू.'

'सुचित्रा...'

'परत तू ओरडायला लागलास. तुला हे सिनेमेच बाधले आपण पाहिलेले. सिनेमातलं काही उचलायचं नसतं. ते सगळं सिनेमापुरतं खरं असतं. प्रेक्षकांनी त्या पांढऱ्या पडद्यासारखं तटस्थ असावं.'

'पडद्यासारखं कशाला ? —तुझ्यासारख्या उलट्या काळजाचं म्हण की.'

—त्यावर एकाएकी गंभीर होत सुचित्रा म्हणाली होती,

'रवी, लग्न-लग्न करू नकोस. प्रेम हे खरं काव्य आहे. लग्न, संसार, पोरं-बाळ हे काव्य नाही. लैला-मजनू, रोमिओ-ज्यूलिएट ह्यांची लग्नं झाली नाहीत. त्यांना पोरंबाळं झाली नाहीत. म्हणून ती एका अर्थानं सुखी. तेव्हा प्रेम हे काव्य; ते तिथंच राहू द्यावं. तू माझ्यावर प्राणापलीकडे प्रेम करतोस ना ? — ते तू माझ्या लग्नानंतरही करू शकतोस. लग्नच म्हटलं की शुद्ध व्यवहार आला. दुसऱ्या व्यक्तीला पोसणं आलं. आणि दुसऱ्या व्यक्तीला पोसायचं म्हणजे नुसतं प्रेम असून भागत नाही. त्या दृष्टीनं तुझ्या पात्रतेचा आपण विचार करू.'

'मला एवढ्या रुक्षपणं...'

'हा रुक्षपणा वाटला तरी, त्याचा विचार तुला केव्हा तरी करावाच लागेल. आणि केव्हा तरी म्हणण्यापेक्षा, जेव्हा तू दुसऱ्या एखाद्या मुलीशी लग्न करशील...'

'सुचित्रा...'
'माफ कर. तुझ्याशी लग्न हा विचार मी कधीच केला नव्हता.'
'ह्याचा अर्थ गेले तीन-चार महिने, आपल्यात जे जे व्यवहार झाले ते सगळे...'
'मैत्री म्हणून.'
'केवळ मैत्री म्हणून त्या गोष्टी ?—'
'काय हरकत आहे ? —मामला जबरदस्तीचा नव्हता, स्वेच्छेचा होता. तुला तेव्हा यातना होत होत्या ?'
'म्हणजे मग पावित्र्य नावाची वस्तू...'
'जरूर अस्तित्वात आहे. तुझ्या पावित्र्याच्या कल्पना पुरातन आहेत त्याला मी काय करू ? —तू त्या गोष्टी लग्नाआधी करायच्या नव्हत्यास. जाऊ दे, पण जे घडून गेलं ते बरं वाटलं, वाटत होतं म्हणून घडलं; घडलं नव्हे, मी घडून दिलं. त्यावर चर्चा नको. त्यातली रंगत नाहीशी होत आहे.'
'ह्याचा अर्थ, तुला फिरणं आवडतं, तू फिरतेस. तुला 'क्वालिटी'तलं वातावरण आवडतं, तू इथं येतेस, तसंच, एका पुरुषाचा सहवास आवडला, तो लुटलास...'
'करेक्ट ! तुला लवकर कळलं.'
'सुचित्रा...'
'ओरडू नकोस. वास्तविक तू सुटकेचा निःश्वास टाकायला हवास. माझ्यासारख्या श्रीमंत, सुंदर मुलीचा तुला सहवास मिळाला, माफक मजा करायला मिळाली आणि वर लग्नाचं लोढणं गळ्यात पडलं नाही. ही बाब भाग्याची आहे. मला खूप पैसा हवा, ऐषआराम हवा, तेव्हा लग्नाची बाब विसर. ह्यापेक्षा आणंखीन स्पष्ट बोलायला लावू नकोस.'

—ती मुलाखत त्यावर तिथंच संपली होती. त्यानंतर घरी आल्यावर तीन-चार दिवस रवींद्र कुठंही बाहेर पडला नाही. सुचित्राचे त्याने काढलेले निरनिराळे फोटो तो पाहात बसला. त्या फोटोत एक-दोन फोटो असे होते की, ते जर कुणीही पाहिले असते तर त्याचा गैरसमज झाला असता. त्या फोटोत सुचित्रा आणि रवींद्र एकमेकांजवळ बसले होते. ऑटोमॅटिक कॅमेऱ्यानं ते फोटो, एखाद्या फोटोग्राफरनं टिपावेत तसे टिपले होते. तीन-चार दिवस रवींद्र ते फोटोच पाहात बसला होता. त्यानंतर आलेलं ते 'स्मशानवैराग्य' ओसरलं होतं. रवींद्रनं तो घाव पचवला होता. सुचित्रा त्याला अधूनमधून भेटत होती. पण संभाषण जेवढ्यास तेवढंच होत होतं.

—घारपुऱ्यांकडून आलेलं आमंत्रण जेव्हा स्वीकारायचं असा निर्णय रवींद्रने घेतला, तेव्हा त्याला हे सर्व आठवून गेलं. त्यापाठोपाठ त्या फोटोंची पण त्याला आठवण झाली. आणि सहज त्याच्या मनात विचार आला की, ते फोटो जर घारपुऱ्यांनी पाहिले तर ? —नाही; पण त्यांना ते दिसणार नाहीत. सुचित्राचा दृष्टिकोण काहीही असला तरी आपण जे काही क्षण तिच्याबरोबर घालवले ते निश्चित धुंदीचे होते. सौख्याची बरसात करणारे होते. त्या क्षणांची जपणूक करायला हवी.

आपलं सर्व कौशल्य पणाला लावून रवींद्रने एकापेक्षा एक असे सरस फोटो काढले. प्रत्येक महत्त्वाचा क्षण त्यानं चापल्यानं आणि कलात्मकतेनं टिपला होता. उभयतांच्या चेहऱ्यांवरचे भाव एकाही छायाचित्रातून निसटलेले नव्हते. त्या सर्व समारंभातून तो अशा तऱ्हेनं फिरला, अशा तऱ्हेनं वावरला, की प्रत्येकाला तो अगदी स्वत:च्या जवळचाच कोणी तरी वाटला.

त्या सर्व छायाचित्रांचा संग्रह बनवून तो जेव्हा घारपुऱ्यांकडे नंतर गेला तेव्हा घारपुरे कमालीचे खूष झाले. त्या आनंदाच्या भरात ते म्हणाले,

'वा, रविकुमार, मोठी बहार उडवलीत. आता एकच विनंती. येत्या रविवारी माझ्या काही खास मित्रांना मी परत जेवायला बोलावणार आहे. It is going to be a private function. पण तुम्ही त्या दिवशी हवेत, आणि तेसुद्धा not as a professional photographer तर one of my friends म्हणून.'

'Thank you very much—' रवी मार्दवतेनं म्हणाला.

पार्टी मोठ्या इतमामानं आणि रुबाबात पार पडली ! —रवींद्र हजर राहिला. वास्तविक घारपुऱ्यांचं वर्तुळ फार मोठं ! —त्या बड्या लोकांच्या वर्तुळात, साधा आणि सामान्य काय तो रवीच होता. पण घारपुरे आणि त्यांची दोस्तमंडळी एवढ्या खुल्या स्वभावाची होती की, रवीला बिलकुल गुदमरल्यासारखं झालं नाही. नको त्या वर्तुळात सापडल्यासारखं झालं नाही.

पार्टी संपल्यावर सगळे जायला निघाले. रवी पण निघाला. घारपुरे म्हणाले,

'घाई नसेल तर थांबा. मित्रांना मी सोडून येतो. आपण मग बोलू.'

घारपुरे आणि त्यांचे मित्र बाहेर पडले.

रवींद्र एकटाच राहिला तिथं. जरा वेळ तो स्वस्थ बसतो न बसतो तोच सुचित्रा समोर येऊन उभी राहिली. रवींद्रच्या चेहऱ्यावर जी तटस्थता, निर्विकारता दिसायला हवी होती तशीच होती. सुचित्रा कुठं तरी अस्वस्थ झाली. पण परत स्वत:ला सावरत तिनं विचारलं,

‘कसं काय चाललंय् ?’
‘उत्तम.’
‘खरं ?’
‘त्यात खोटं वाटण्यासारखं काय आहे ? —थोरामोठ्यांच्या ऑर्डर्स मिळतात, नव्या ओळखी होतात. मजेत राहता येईल एवढी प्राप्ती होते. आणखीन काय हवं ?’
‘प्राप्ती चांगली होते ?’
‘होय. ऐषआरामाची चटक असलेल्या कोणत्याही मुलीला मी पोसू शकेन एवढी होते.’
‘That's good.’ सुचित्रा म्हणाली. थोडा वेळ दोघंही गप्प होती. परत तिनं विचारलं,
‘एका लग्नाच्या आल्बमचे किती मिळतात ?’
‘ते समोरची पार्टी पाहून ठरवायचं असतं.’
‘मिस्टर घारपुरेंबरोबर किती ठरवले ?’
‘अजून काहीच ठरवलं नाही.’ —रवींद्र म्हणाला.
‘तू काही ठरवलं नसलंस तरी घारपुरे पेमेंट चांगलं करतील.’
‘शक्य आहे.’
‘त्याशिवाय मी पण काही देऊ इच्छिते.’
‘आनंद आहे.’
‘घेशील ?’
‘न घ्यायला काय झालं ? —हा व्यवहार आहे आणि मामला जबरदस्तीचा नाही, तेव्हा जरूर घेईन.’
—सर्व अर्थ समजून सुचित्रानं पर्स उघडली आणि शंभराच्या दहा नोटा रवीसमोर धरल्या.
‘हे कसले ?’
‘फोटोंचे.’
‘फोटोंचे पैसे तुझ्या मिस्टरांकडून मिळणार आहेत.’
‘ते फक्त लग्नाच्या फोटोंचे पैसे देतील.’
—ह्या एका वाक्यानं रवींद्र जे समजायला हवं ते समजला. त्या क्षणी त्याला सुचित्रेबद्दल फार मोठा तिटकारा मनात निर्माण झाला. ही बाई एवढी स्वार्थी होती ? —भावनाशून्य होती ? —स्वत:च्या स्वास्थ्यासाठी ही एवढी निर्लज्ज होऊ शकते ? तिला ताड् ताड् बोलावं आणि पुन्हा ह्या घराची पायरी चढू नये असं रवींद्रला प्रकर्षानं वाटून गेलं. पण दुसऱ्याच क्षणी त्याचे विचार एकाएकी

बदलले. त्याला वाटून गेलं की, संबंध एका घावात तोडणं ही तर अगदी हातातली बाब आहे. आपण ते केव्हाही करू शकू. तेव्हा असं होता कामा नये. तिलाही जबरदस्त किंमत मोजायला लावली पाहिजे. हा डाव हलके हलके खेळतच राहिलं पाहिजे. तो रंगायला पाहिजे. लांबवता आला पाहिजे. रवींद्र नुसता हसला. त्याने ते हजार रुपये घेतले व त्याच वेळी सुचित्राच्या हातातली पर्स पण ओढून घेतली. त्या नोटा त्याने पर्समध्ये ठेवल्या व सुचित्राला पर्स परत केली. सुचित्रा काही बोलणार एवढ्यात घारपुरे आत येत म्हणाले,

'Sorry, I kept you waiting for a long time.'

'नाही, नाही; तुमच्या सौ. नी आमच्याशी खूप गप्पा मारल्या.' रवी निर्विकारपणे म्हणाला.

घारपुरे त्याच्यासमोरच बसत म्हणाले,

'बोला आता. इतका वेळ आपल्याला आपल्या अशा गप्पा मारता आल्या नाहीत. तुमच्या त्या आल्बमवर मात्र प्रत्येकजण खूष आहे. तुम्हांला तेवढ्यासाठीच मुद्दाम बोलावलं. मला तुमची सगळी माहिती हवी आहे.'

'काय; सांगा.'

'मुख्य म्हणजे ही Photography. माझी स्वत:ची एक योजना आहे. ती जर प्रत्यक्षात उतरणार असेल तर मला तुमची मदत लागणार आहे; आणि एक लक्षात ठेवा, It will be purely on business terms.'

'तुम्ही आधी योजना तर सांगा. पैशाचं मग पाहू.'

'No, no; I will not accept this. आपल्या लोकांची हीच गफलत होते.'

'तसं नाही. मी मैत्रीचा भुकेला आहे.'

'तेच म्हणतोय मी. व्यवहार संभाळायला गेलं की मैत्रीत बाध येतो, हीच तुमची चुकीची कल्पना आहे. ती दोन निरनिराळी Compartments आहेत. जाऊ दे. आपण सविस्तर बोलूच वेळ येईल तेव्हा. प्रथम हे सांगा, तुमचा स्टुडिओ कुठं आहे ?'

'माझा स्टुडिओ नाही आहे. घरीच कामं करतो सगळी.'

'No, no; that's not good. You must have a Studio establishment.'

'ते सध्या काही दिवस जमणार नाही.'

'का ?'

—ह्या प्रश्नावर काय उत्तर द्यावं असा रवीला प्रश्न पडला. पण त्याला वाटलं की, स्पष्ट बोलण्याची हीच वेळ आहे. जोपर्यंत आपली आस्थेनं चौकशी केली

जात आहे तोवरच 'दाद' दिली पाहिजे. तो म्हणाला,

'नेहमीचीच अडचण. भांडवल !'

'ती अडचण मी दूर केली तर ?'

—रवींद्र एकदम गप्प झाला. मदतीचा हात एकदम एवढ्या प्रमाणावर मिळेल ह्याची त्याला कल्पनाच नव्हती. रवीला जास्त वेळ विचार करू न देता घारपुरे पुढं म्हणाले,

'स्टुडिओला लागणारं भांडवल मी तुम्हांला देतो. मग काही अडचण ?'

'जरा विचार करून सांगतो.'

'ऑल राईट. एक लक्षात ठेवा मात्र की, business करायचा म्हणजे studio हवा. तुमचा विचार पक्का झाला की कळवा. मात्र as early as possible. माझ्या कामाचं स्वरूप तुम्हाला नंतर सांगतो.'

काही वेळ थांबून रवींद्र जायला निघाला. घारपुरे म्हणाले, 'थांबा.'

पलीकडच्या खोलीतून जाऊन येत घारपुऱ्यांनी शंभराच्या तीन नोटा रवीच्या हातात ठेवल्या.

'माझं बिल्...'

'मी विचारलेलं नाहीच. This is what I felt like giving.'

पंधरा दिवसांनी रवींद्र पुन्हा घारपुऱ्यांकडे गेला तो स्टुडिओ उघडायचा ह्या विचारानेच ! —घारपुऱ्यांना त्यानं येण्यापूर्वी फोनवरच 'येतो' म्हणून कळवलं होतं.

दार सुचित्रानं उघडलं.

'ये, आत्ता येतील हे.' ती म्हणाली.

'रवींद्र आत जाऊन बसला. पाचएक मिनिटांनी सुचित्रा बाहेर आली तेव्हा तिच्या हातात तिची पर्स होती. रवींद्रकडे रोखून पाहात ती म्हणाली,

'One more chance now.'

'अरे वा, मिस्टरांची मधूनच इंग्रजी बोलण्याची सवय लागली वाटतं तुला ?'

—रवींद्र हसत म्हणाला.

''त्यावर आपण मग बोलू. घारपुरे यायच्या आत मला तुझ्याशी फार महत्त्वाचं बोलायचं आहे.'

'You can !'

'मी तुला स्टुडिओला हवं असलेलं भांडवल देऊ शकते आणि इच्छिते.'

'ती सोय तुझे मिस्टरच करणार आहेत.'

'ते मला माहीत आहे. पण ते व्यवहाराला फार पक्के आहेत. तुझ्याकडून ते रीतसर करारपत्र करवून घेतील.'

'आणि तू कोणताही करार न करता हा व्यवहार पार पाडणार आहेस का ?'
—रवीनं टोमणा मारला.
'मुळीच नाही. पण फरक एवढाच की, तुझा-माझा व्यवहार पैशानं बांधला जाणार नाही किंवा कागदोपत्री राहणार नाही. ह्या घटकेला घरात पत्ता लागणार नाही एवढा पैसा माझ्या हातात आहे. मी त्या पैशाचा विनियोग कसाही करू शकते; एवढी ऐपत मला आहे. मला हव्या असलेल्या काही गोष्टींच्या बदल्यात ती रक्कम तुझी होईल.'
काही वेळ गप्प बसत रवी म्हणाला,
'तुझ्या मिस्टरांबरोबर होणारा व्यवहारच मला जास्त स्वच्छ वाटतो.'
—सुचित्रा काही तरी जळजळीत बोलणार होती; पण तेवढ्यात घारपुऱ्यांची कार पोर्चमध्ये येऊन थांबली. व्यवस्थित करारपत्र होऊन रवीनं घारपुऱ्यांकडून भांडवल मिळवलं !—एका रहदारीच्या रस्त्यावर, मोक्याच्या ठिकाणी स्टुडिओसाठी छोटीशी जागाही मिळवली. बाहेर नावाची पाटी झळकली,
'सुचित्रा आर्टस्'
दुकान जोरात चाललं होतं. धंदा करायचा म्हणजे मालकीचा स्टुडिओ हवा हे घारपुऱ्यांचं बोलणं रवींद्रला पटलं होतं. रोज दोघं एकमेकांना भेटत होते. व्यवसायाची चर्चा करत होते. कराराप्रमाणं रवी घारपुऱ्यांचे पैसे फेडत होता. आता अडचण अशी एकच होती. दुकानात नेहमी बसण्यासाठी खात्रीचा माणूस नव्हता. बाहेरचं काम करण्यासाठी रवी बाहेर गेला की, दुकानात बसायला कोणी नसायचं. वर्तमानपत्रात त्यासाठी जाहिरात द्यायचं ठरलं. आणि आश्चर्याची गोष्ट म्हणजे, दुसऱ्याच दिवशी सुचित्रा रवींद्रसमोर स्टुडिओत येऊन उभी राहिली.
'आँ, तू आत्ता इथं कशी ?'
'इथं पार्ट-टाईम काम करायला !'
—रवींद्रला काय बोलावं हेच कळेना. त्याचा त्याच्या कानांवर विश्वासच बसेना.
'पाहतोस काय असा ? काल रात्रीच हे आणि मी बोललो. आणि असं ठरलं की, तुझ्याकडे चोवीस तास बाहेरची कामं नसतात. ज्या वेळेला काम येईल तेव्हा फोन करायचा मला, मी इथं यायचं, आणि तू जायचंस. तेवढ्यासाठी स्वतंत्र माणूस ठेवायची गरज नाही, असं हे म्हणाले. येऊ ना ?'
'अरे वा, मालकीणबाई स्टुडिओ तुमचाच आहे. नावाची पाटी पण तेच सांगत आहे. स्टुडिओचा भाग्योदय आता आणखी वेगानं होत राहील.'
सुचित्राचा हा नवा पवित्रा न ओळखण्याइतका रवींद्र दूधखुळा नव्हता. पण

तरीही तो शांत होता. सुचित्राला बसण्यासाठी प्रायव्हसी हवी म्हणून त्यानं छोटंसं केबिन तयार केलं. बाईमाणसानं उघड्यावर काउंटरपाशी बसणं योग्य नव्हतं. सुचित्रा रवींद्रच्या गैरहजेरीत चोख काम सांभाळू लागली.

रवींद्रनं मात्र जो तर्क लढवला होता तो लवकरच खरा ठरला. एक-दोनदा रवीला असं आढळून आलं की, आपली पाठ वळली रे वळली, की स्टुडिओच्या सामानात काही तरी फेरफार होतोय. वस्तूंची उलथापालथ होत आहे. आणि एके दिवशी सुचित्रा सरळ सरळ सापडली. रवींद्र वाजवीपेक्षा लवकर परतला, तेव्हा स्टुलावर स्टूल ठेवून सुचित्रा सगळ्या निगेटिव्ह तपाशीत होती.

'मालकीणबाई स्वत: कष्ट का घेताहेत ?'

सुचित्रा दचकली, पण सावरत म्हणाली,

'ते बांदोडकर परवा आले होते, त्यांना त्यांच्या फोटोची आणखी एक कॉपी हवी आहे. नुसती बसलेच होते, म्हटलं, निगेटिव्ह शोधून ठेवावी; तुझं काम सोपं होईल; इतकंच—'

रवी काही बोलला नाही. सुचित्राला काय हवं आहे हे त्यानं ओळखलं होतं. पण तरी सुचित्रा काय काय आणखी स्टेप्स घेतेय् ते त्याला पाहायचं होतं. हळूहळू सुचित्रेच्या वागण्यात फरक होऊ लागला. ती वेळोवेळी चिडू लागली. आरडाओरडा करू लागली. रवींद्र शांत होता. पाहू या, सुचित्रा काय काय आणखी करते ते, असं म्हणत तो गप्प होता. पण रवींद्रला फार दिवस वाट पाहावी लागली नाही. बाहेरचं काम आटोपून तो परततो तो, दुरूनच त्याला प्रचंड धूर आणि आकाशाला भिडणाऱ्या ज्वाळा दिसल्या. इतर बघ्या लोकांबरोबरच तो धावत सुटला. पण त्याला फार पुढं जाता आलं नाही. पोलिसांनी त्या जागेभोवती कडं घातलं होतं. दोन बंब ती आग विझविण्यासाठी धडपडत होते. सगळीकडे एकच गोंधळ माजला होता. रवींद्र तिथं पोहोचायला आणि 'सुचित्रा आर्ट्स'ची पाटी खाली कोसळायला एकच गाठ पडली. वेड्यासारखा रवींद्र धावत सुटला. त्याला पोलिसांनी आवरलं. लोकांनी कडं केलं. त्या कड्यातूच सुचित्रा रवीजवळ आली. तिनं त्याचा हात धरून त्याला बाजूला नेलं आणि ती रडत रडत म्हणाली,

'हे कसं झालं रे असं ?—'

'होऊ दे, तुला काही धक्का लागला नाही ना ?-'

'नाही.'

'सुटलो.' -असं म्हणत गळ्यातली फ्लॅशगन आणि कॅमेरा रवीनं सुचित्राच्या हातात दिला; आणि तिच्या लक्षात यायच्या आतच, सर्वांचं कडं तोडून रवींद्र

तीरासारखा त्या उसळत्या ज्वाळांतून आत गेला. एकच गिल्ला झाला सर्वत्र !-अर्ध्या मिनिटाच्या अवधीतच रवी बाहेर आला. त्याचे कपडे फाटले होते. तेवढी ओझरती लागलेली आगीची झळदेखील आपला प्रभाव दाखवून गेली. रवींद्रच्या डोक्यावरचे थोडेसे केस जळून गेले होते. पायांवर एक-दोन ठिकाणी खरचटलं होतं. उजव्या हाताचा खांदा काळवंडला होता. आणि तरीही रवींद्र विजयोन्मादानं हसत होता. लोकांनी त्याला वेढण्याचा प्रयत्न केला, पण वात शिरलेला माणूस जसा आवरेनासा होतो तसा रवींद्र अनावर झाला होता.

सुचित्राचा उजवा दंड पकडीत त्यानं जवळजवळ तिला खेचतच नेलं एका बाजूला.

दिङ्मूढ होऊन सुचित्रा रवींद्रचा तो आवेग पाहात होती. तिच्या तोंडून शब्द फुटत नव्हता. रवींद्र तावातावानं हातवारे करीत बोलू लागला—

'सुचे, ऐक. हे बघ माझ्या हातांत काय आहे ते. तुझं वैवाहिक जीवन, ऐश्वर्य, स्वास्थ्य, तुझी वैभवाची अभिलाषा आणि तुझा अखखा भविष्यकाळ आत्ता माझ्या हातात आहे. ह्या चार निगेटिव्हज्‌साठी तू जंग जंग पछाडलेस. शेवटी तू एवढ्या खालच्या पातळीला जाऊन पोहोचलीस. इतक्या नीच मनोवृत्तीच्या बाईवर मी प्रेम केलं ह्याचा पश्चात्ताप होतोय मला. स्वत:च्या संसाराला धक्का लागू नये म्हणून तू अनेकांच्या संसाराला आग लावलीस. बघ समोर !—स्टुडिओ जळतोय. ती आग तू लावलीस. त्या स्टुडिओत अनेकांच्या लग्नाचे फोटो होते. मंगलकार्यांच्या पवित्र साक्षी होत्या. कित्येकांच्या चिमण्या बाळांचं गोड बालपण आज फोटोंच्या रूपानं चिरंजीव ठरलं होतं. त्यांची राख होते आहे. आणि कित्येकांच्या दिवंगत व्यक्तींच्या शेवटच्या आठवणी त्यात होत्या, त्या मातीमोल झाल्या. आणि का ? —तर केवळ एका स्वार्थी, स्वास्थ्यलोलुप स्त्रीचा संसार अभंग राहावा म्हणून. जाना देव ! —तुझं वाटोळं करायचं असतं तर सुचित्रा, तुझ्या संसाराची पहिली रात्र पण मी उगवू दिली नसती. पण मला तसं करायचं नव्हतं—आणि नाही पण—धर हे !'

—रवींद्रनं त्या निगेटिव्हज् सुचित्राच्या हातात ठेवल्या, तिच्या गळ्यातली फ्लॅशगन् आणि कॅमेरा घेतला आणि एकदाही मागं वळून न बघता तो चालू लागला.

❒

मोह मला एकट्यालाच नाही झाला,
तिलाही झाला. तरी तू बोलणार असलास
तर मी म्हणेन की, ज्या माणसाला
पावसात भिजायची हौस आहे, त्यानं
नंतर होणारी सर्दी भोगायलाच हवी.

पंगू

'एक आदमी भेज दो.' कंडक्टरनं बोट नाचवीत सांगितलं. देवाचे आभार
मानीत मी पटकन बस पकडली. एकच जागा शिल्लक होती. तीसुद्धा एका
वयस्कर गृहस्थाजवळ. खिशातून पाकीट काढीत असतानाच मी जागेवर अंग
झोकून दिलं.
'एक माहीम !' मिळालेल्या तिकिटाची बारीक घडी करून ती अंगठीत
अडकवीत असतानाच कानांवर शब्द आले, 'काय कानिटकर, ठीक आहात
ना ?'
—मी शेजारी पाहिलं. गोडबोले विचारीत होते, 'ओळखलंत ना ?'
'हो हो, न ओळखायला काय झालं ?'
'ठीक आहात ना ?'
'ठीक.' एवढ्या मामुली प्रश्नोत्तरानंतर काय बोलावं कळेना. बोलावं असंही
वाटत नव्हतं, आणि बोलू नये असंही वाटत नव्हतं. शेवटी विचारायचं

म्हणून विचारलं, 'कुणीकडे ?'

'इथंच दादरला चाललोय.'

वास्तविक मी गप्प बसावं. उगीचच खोलात शिरून मी विचारलं, 'सहज ?'

'स्थळ आलंय सांगून मोहिनीला.' त्यांनी चटकन् उत्तर दिलं.

माझी आणखीनच पंचाईत झाली त्या उत्तरामुळं. खूप गोंधळून गेलो. काही
सुचेना. ह्या बसमध्ये जागा नसतीच मिळाली तर, बरं झालं असतं. बरं,
मिळाली तर मिळाली; पण नेमकी ह्याच गृहस्थाशेजारी का ? आता काही
निमित्त काढून जागा सोडणंही शक्य नाही.

'काय, घरची मंडळी ठीक आहेत ?'

—गोडबोल्यांनी आणखीन एक प्रश्न विचारला.

'ठीक आहेत.' मी आवंढा गिळीत म्हणालो. काय आहे हा माणूस ! मागचं
सगळं विसरला ? एवढी मोठ्या अंत:करणाची माणसं असतात ?
चांगुलपणानंही मन एवढं दडपून जातं तर !

'मुलगा कसा आहे ?' त्यांनी आणखीन विचारलं.

'उत्तम आहे.' मला मुलगा झाला हेही त्यांना माहीत आहे ? का-का ? का
ह्यांना सगळी ही माहिती ? बरं, असली तर असली, पण आपल्याला सगळं
माहीत आहे ह्याची जाणीव ते मला का देत आहेत ? मुद्दाम ? मला
लाजवण्यासाठी ? पण नाही, त्यांचा सूर अगदी साधा आहे, कौतुकाचा आहे.
त्यात विषाद नाही, विखार नाही. त्यांच्या मुलीला मी मागे नकार दिला ह्याचा
खेद नाही. देव करो आणि गोडबोले आता कोणताही प्रश्न न विचारोत.

देवानं प्रार्थना ऐकली. पुढचा स्टॉप यायच्या आधीच गोडबोले उठले. मी
त्यांना बाहेर पडायला वाट करून दिली.

'बराय येतो, ओळख ठेवा. जमलं तर आमंत्रण पाठवीन. यायचं.'

'अवश्य.' मी अगदी तातडीनं म्हणालो. जणू काय मी बोलायला विलंब
लावला तर गोडबोले आणखीन काही बोलणार होते.

पाचच मिनिटांचा सहवास. चुकामूक झाली असती तर काय बिघडलं असतं ?
पण नाही. तसं व्हायचंच नव्हतं. मनाला ज्या वेदना व्हायच्या असतात त्या
चुकायच्या नसतात. नाहीतर तुम्हीच सांगा, चार वर्षांनी केवळ पाचच
मिनिटांकरिता गोडबोले भेटायचं काय कारण होतं ? त्या माणसानंदेखील
एवढी ओळख ठेवायची काय जरुरी होती ? नुसती नव्हे, तर अगत्यपूर्वक
ओळख. मी त्यांच्यावर काही उपकार केला नव्हता — की त्या उपकाराचं
ओझं त्यांनी बाळगावं, माझी नक्की आठवण ठेवावी. केला असेल तर
अपकारच केला होता. त्यांच्या मुलीला मी नकार दिला होता.

मोहिनी ! नावापासून रूपापर्यंत अक्षरश: मोह लावण्याची शक्ती ज्या मुलीमध्ये होती, तिला मी नकार दिला होता. कारण काय ? खोट्या मोठेपणाच्या कल्पना आणि त्याला माझ्या दुबळ्या स्वभावाची साथ. त्याचा परिणाम मोहिनीसारख्या सुंदर मुलीला नकार देण्यात झाला. गोडबोल्यांना नकार देण्यात माझ्या वडिलांचं फारसं काही चुकलं होतं अशातला भाग नव्हता. पण मला मात्र वाटत होतं, 'चालेल, चालेल. एवढी रूपवान मुलगी, स्वभावानं लाघवी, चांगली शिकलेली, उत्तम गाणारी, —फक्त एका पायानं लंगडी, पण चालेल. जमेच्या बाजूला एवढ्या भरगच्च गोष्टी होत्या, की ह्या एका व्यंगाकडे दुर्लक्ष केलं असतं तरी चाललं असतं. पुन्हा तिचं ते व्यंग सहजासहजी समजून येत नव्हतं. मुद्दाम सांगितल्यावरच समजत होतं. वधूपरीक्षेच्या वेळी असंच झालं होतं. मी आणि अप्पा दोघंच मुलगी पाहायला गेलो होतो. उगीच दोन-दोन मित्र, एखादा नातेवाईक, एवढा लवाजमा घेऊन चहापोह्यांवर हात मारायचा आणि खेळीमेळीनं होणाऱ्या गोष्टीला गंभीर स्वरूप द्यायचं, हे मला पसंत नव्हतं. आणि अप्पाही माझ्याशी सहमत होते. मला औपचारिकता आवडत नाही, अप्पांनाही नाही. तशीच ती गोडबोल्यांनाही संमत नसावी. कारण बाहेरच्या खोलीत चारच खुर्च्या मांडल्या होत्या. दोन खुर्च्यांवर आम्ही बसल्यावर दोनच खुर्च्या रिकाम्या राहणार होत्या. तसंच झालं. थोड्याच वेळात गोडबोले मोहिनीला घेऊन बाहेर आले आणि समोर बसले. तिचं सौंदर्य पाहून मी एवढा भारावलो, की तिला काही प्रश्न विचारावेत असं वाटेचना. असं वाटलं की, उत्तर देण्याचा भारही हिला पेलवणार नाही. फार बघणंही बरं नाही, त्याचाही तिला त्रास होईल. एकच प्रश्न अगदी विचारायचा म्हणून विचारला,

'आपलं नाव ?'

'मोहिनी.'

बस् ! इतकी नाजुक हालचाल झाली ओठांची ! मी हळूच अप्पांकडे पाहिलं. मोहिनीवर नजर स्थिर करीत अप्पा म्हणाले, 'सार्थ आहे.' गोडबोले हसले; पण त्या हसण्यात ताठा नव्हता. 'देवाची देणगी. माणसाचं कर्तृत्व काहीच नाही, असंच काहीसं त्यांना सुचवायचं होतं. एकाच प्रश्नानं वधूपरीक्षेची सुरुवात झाली आणि एकाच उत्तरात ती संपलीही. तिच्या नावानं, रुपानं मीच दिङ्मूढ झालो होतो असं नाही, चोखंदळ स्वभावाचे अप्पाही भारावले होते. अगदी मोकळेपणानं ते म्हणाले,

'मला आता काहीच विचारायचं नाही.'

'प्रश्न नका विचारू, पण गाणं ऐकायला हरकत नाही ना ?'

'नाही.'
वडिलांच्या सूचनेची वाट न बघता मोहिनीनं गाणं म्हणायला सुरुवात केली. पण त्यातही औपचारिकता नव्हती, काही जिंकायचं आहे असा अभिनिवेश नव्हता. चार आप्तेष्ट जमावेत, गमतीनं गाणं म्हटलं जावं, इतकी सहजता होती.
गाणं संपलं. आतून हाक आली. मोहिनी उठली. मधल्या दरवाज्यापर्यंत गेली आणि गोडबोल्यांनी तिला हाक मारली. मोहिनी परत फिरली, तेव्हा तिचा चेहरा साफ उतरला होता. मला त्याचा अर्थ कळेना. चोरट्या नजरेनं मी तिचा व्याकुळ, भांबावलेला चेहरा पाहात राहिलो. ती गोडबोल्यांच्या जवळ आली. गोडबोल्यांनी खाली वाकून मोहिनीचं जमिनीवर लोळणारं पातळ वर केलं. मी आणि अप्पा दोघेही थबकलो.
मोहिनीचा डाव पाय गुडघ्यापर्यंत लाकडाचा होता.
—खूप मोठा प्रशान्त जलाशय असावा, बाजूला हिरवी गर्द झाडी असावी, निरभ्र आकाशाचं प्रतिबिंब पृष्ठभागावर तरंगत असावं, पोहण्याचा अनिवार मोह होऊन उडी टाकण्याच्या तयारीत असावं, तोच समजावं-तळाशी असंख्य मगरी आहेत. तसंच काहीसं झालं. मोहिनी आत निघून गेली. अप्पा निश्चल झाले. गोडबोले हळूहळू सांगू लागले,
'असं आहे. सगळं सगळं चांगलं आहे. पण हे व्यंग आहे. वर ताजमहाल आहे, पण शेवटी आत कबरच आहे. तिचं हे व्यंग कळत नाही. कारण ती लंगडत नाही. मी तिला पातळ पण पायघोळ नेसायला सांगतो. पण त्यात कुणाला फसवावं ही इच्छा नाही; आणि फसविण्याची इच्छा नाही म्हणून लग्न लांबणीवर पडतं आहे.'
अप्पा गप्प होते. मी बोलणार होतो. पण दुबळेपणा आड आला. अप्पा उठले, तसा मीही उठलो. गोडबोले लगबगीनं म्हणाले,
'बसा ना. जाण्याची काय घाई आहे ? मुलगी पसंत नसेल तर माझं काही म्हणणं नाही. तुम्हांला ती नापसंत आहे म्हणजे ती नालायक आहे असं थोडंच आहे ! प्रत्येकाचा दृष्टिकोन निराळा आहे आणि प्रश्नही उभ्या आयुष्याचा आहे. म्हणून तुम्ही जाण्याचं कारण नाही. नातं नाही तर नाही, पण नुसत्या मैत्रीला बाधा यावा काय ? बसा बसा. प्रथमच घरी आलात, चहा पाणी झाल्याशिवाय सोडणार नाही तुम्हाला.'
आम्ही यंत्रवत् खाली बसलो. मघाशी मोहिनीच्या सौंदर्यानं भारावलो होतो. आता या गृहस्थाच्या मोठेपणामुळे भारावलो. एक सौंदर्य दृष्टीचं होतं. एक सौंदर्य विचारांचं होतं. पण पुन्हा त्यात दर्जा ठरवण्याची वेळ आली असती,

तर श्रेष्ठपणाविषयी प्रश्न पडला असता.

चहा-पोह्यांचा ट्रे घेऊन मोहिनी बाहेर आली आणि ट्रेमध्ये चौघांच्या बश्या पाहून माझ्यावर पुन्हा चकित होण्याची वेळ आली. आमच्या गप्पागोष्टींत व फराळात तीही सामील झाली. पोहे खाता खाता गोडबोल्यांनी मोहिनीला सांगितलं, 'आपली जरा स्थळांची वही घेऊ ये.'

गोडबोल्यांच्या हातात वही देता देता मोहिनी म्हणाली, 'आपल्या बापटांचं स्थळ सांगा त्यांना, स्नेहलता परवाच आली आहे इथं. त्यांना नक्की आवडेल ती.'

गोडबोले अप्पांना तपशील सांगू लागले. माझ्या कानात दडा बसला होता. आणि पोह्यांचा घास तर तोंडातल्या तोंडात फिरू लागला. नंतर आम्ही जवळ जवळ तासभर तिथं होतो. मोहिनी, गोडबोले आणि अप्पा खूप जुन्या ओळखीप्रमाणं बोलत होते. शेवटी निघताना गोडबोले मला म्हणाले, 'तुम्ही बरेच अबोल दिसता आहात ?'

अप्पा म्हणाले, 'छे, छे. त्याला एरव्ही पुरे म्हणायची वेळ येते. आजच काय झालंय कुणास ठाऊक !'

अप्पा, अप्पा तुम्हाला स्पष्ट
सांगायला हवंच होतं का हो ?

'माहिमवाले उतर जाव—'

मी भानावर आलो. चटकन खाली उतरलो. गोडबोले भेटले, पण जाताना माझं मनःस्वास्थ्य घेऊन गेले. चार वर्षांपूर्वी त्यांच्या मनाची अशीच अवस्था झाली असेल. मला तेव्हा वाटत होतं, तेव्हाचं कशाला—आज ! एका मुलाचा बाप झाल्यावरही अजून केव्हा केव्हा वाटतं की, आपण गोडबोल्यांना 'होकार' द्यायला हवा होता. माझ्या या दुबळ्या स्वभावानं माझा खूप वेळा असाच घात केला आहे. मी अप्पांच्या मनाविरुद्ध वागू शकलो नाही. आता मला तसा विचार करण्याचा काय अधिकार ?

'किती थोडक्यात चुकामूक झाली ! आता एवढ्यात तुमचा दोस्त येऊन गेला. एवढा वेळ तुमची वाट पाहात होता.'

'कोण ? मधू आला होता का ?'

'अंहं ! जुना दोस्त-साठे.'

'शक्यच नाही. त्याचं-माझं भांडण झालं होतं.'

'तेही त्यानं सांगितलं आणि एवढंही म्हणाला—भांडणं काय अशी वर्षन् वर्ष लक्षात ठेवायची असतात काय ?'

निव्वळ गैरसमजावर आधारलेलं आमचं भांडण साधं नव्हतं. उभ्या जन्मात एकमेकांची तोंड पाहायची नाहीत एवढ्यावर येऊन ते थांबलं होतं.

'पण एवढं झालं होतं काय ?' सौ. नं इंटरेस्ट घेऊन विचारलं.

'खूप मोठी कहाणी आहे ती. तसं पाहायला गेलं तर आम्हा दोघांच्या स्वभावांत साम्य असण्याऐवजी विरोधच जास्त होता. मी दुबळा, भिडस्त. तो चेष्टेखोर, स्पष्टवक्ता. मी एखाद्या गोष्टीवर खूप विचार करणारा; तो सगळ्या गोष्टी हसण्यावारी नेणारा. मी सगळ्यांना भिणारा. तो जन्मदात्या आई-वडिलांनासुद्धा न जुमानणारा. हे असं होतं, तरी तो आणि मी मित्र होतो. जिवाभावाचे ! त्याच्या बेपर्वाई वृत्तीवर मी पुष्कळदा तोंडसुख घ्यायचो आणि माझ्या नेभळट स्वभावावर टीका करताना तो हातावरचं घड्याळ काढून ठेवायचा. जीवनात येतील त्या गोष्टींची मजा लुटण्याचं त्याचं ध्येय होतं. गुण एकच होता की, त्याची किंमत तो रोखीनं मोजीत असायचा. अर्थात बेछूटपणा वाढत होता. मी हे सारं पाहात होतो. त्याच्या स्वभावाचा अंदाज घेत होतो. अभ्यास करत होतो.' —मी जरा वेळ थांबलो; पण सांगायला प्रारंभ केल्यावर मध्ये थांबता येणार नाही हे जाणवून मग म्हणालो, 'आम्हा दोघांशी एकरूप झालेली आणखीन एक व्यक्ती होती. साठेच्या बेछूटपणाचं व माझ्या भिडस्त स्वभावाचं कौतुक करणाऱ्या त्या व्यक्तीचं नाव 'सुमित्रा देवधर.' आमच्या तिघांचं त्रिकूट होतं. इतकं की, सुमित्रा माझ्याशी लग्न करणार की साठेशी; याबद्दल लोकांत पैजा लागत.'

'मग आपल्या लग्नात ती कशी दिसली नाही ?' मध्येच सौ. नं काहीशा असूयेनं तिखट आवाजात विचारलं.

'तेच सांगतो, ऐक तर पुढं ! आपलं लग्न ठरलं तेव्हा, मी दोघांच्या घरी गेलो; पण दोघांचाही पत्ता नव्हता. दोघेही पुण्याला गेल्याचं मला समजलं. म्हटलं, येतील दोन-तीन दिवसांत परत. पण त्यांचा काही पत्ताच लागला नाही. पुढं आठ दिवसांनी मला साठे भेटला. तोही बसमध्ये. मुंबईत येऊन तो मला भेटला नव्हता. एवढंच नव्हे तर, सुरुवातीला त्यानं तोंड चुकवण्याचा प्रयत्न केला. ते मनावर न घेता मी त्याला विचारलं, 'अरे प्राण्या, तुझा पत्ता काय ?' सुमित्रा भेटली नाही, तूही भेटला नाहीस. दोघांच्या घरी जाऊन आलो.'

शांतपणे तो म्हणाला, 'मी पुण्याला गेलो होतो. सुमित्रा माझ्याबरोबरच होती.'

'मग भेटायला आला नाहीस परतल्यावर ? सुमित्रा पण आली का ?' मी विचारले.

'नाही. मी एकटाच आलो. आणि सुमित्रेबद्दल विचारशील तर...तर...सुमित्रा

वारली.'
बसमध्ये असल्याचा विसर पडून मी मोठ्यांदा ओरडलो, 'काय सांगतोस ?'
पूर्वीइतक्याच संथपणे तो म्हणाला, 'ओरडू नकोस. बसमधले लोक चमत्कारिकपणे बघताहेत. पाहिजे तर आपण इथंच उतरु. मी तुला सगळं सांगतो.'
आम्ही खाली उतरलो. एका हॉटेलात गेलो. मी सुन्न होऊन बसलो होतो. त्यानंच सुरुवात केली,
'अगदीच अकल्पित घडलं.'
'पण कसं काय झालं ?'
'तुला खरं सांगायला काही हरकत नाही, —तिनं आत्महत्या केली !'
'काय सांगतोस काय ! शक्यच नाही. तिची विचारसरणी खूप निराळी...'
'होय. तसं मीही समजत होतो. पण तिनं आत्महत्या केली हे सत्य आहे; आणि त्याला कारणही घडलं होतं. जे घडायला नको होतं ते घडलं होतं.'
सुमित्रेच्या बाबतीत तसं काय घडण्याची शक्यता होती यावर माझी मती चालेना.
शांतपणे साठ्या म्हणाला,
'घडायला नको होतं ते घडलं; चूक आम्हा दोघांचीही होती. आम्ही दोघंही मोह आवरायला असमर्थ ठरलो.'
'पण म्हणून तिनं आत्महत्या केली ?'
'होय. कारण मी लग्नाला नकार दिला होता.'
'नीच. हलकट. शांतपणे सगळं सांगतोयस ! तुला शरम वाटत नाही ? मोह आवरता आला नाही ! शुद्ध थापा आहेत ह्या. मला तुझी वृत्ती माहीत आहे. मुद्दाम फायदा घ्यायलाही तू कचरला नसशील.'
'हे बघ, आरडाओरडा करू नकोस. माझ्यावर काहीही परिणाम व्हायचा नाही. एवढं मात्र निक्षून सांगतो की, मी मुद्दाम कोणत्याच गोष्टी केल्या नाहीत. पण त्या प्राप्त झालेल्या चमत्कारिक परिस्थितीत स्वत:वर ताबाही ठेवू शकलो नाही. एरवीच्या माझ्या बेछूट स्वभावाची संगती तू ह्या घटनेला जोडू नकोस. पण तू जर मला पुन: पुन्हा छेडणार असलास, तर मात्र मी बिनदिक्कत म्हणेन की, पावसात भिजायची आवड असेल तर, सर्दीच्या तापाला निमूट तोंड द्यायला तयार हवं. मोह मला एकट्यालाच नाही झाला. तेवढ्यावरून तिला जीव द्यायचं कारण नव्हतं. काही तरी मार्ग काढला असता.'
तो शांतपणे सांगत होता. पण माझ्या तळपायाची आग मात्र मस्तकाला पोचली. टेबलावरचे चहाचे कप त्याला फेकून मारीत मी ओरडलो,

'आजपासून तू मला मेलास आणि मी तुला मेलो. पुन्हा माझ्या घराची पायरी चढलास, तर मी तुझं काय करीन ते सांगत नाही आत्ता.'
त्या प्रसंगानंतर त्याची माझी गाठभेट नाही.
नुकतेच गोडबोले भेटल्यानं गतकाळातील आठवण होऊन मन उदास झालं होतं. त्यात ह्या मनस्तापाची भर पडली होती. आजही सुमित्रेची आठवण होऊन डोळ्यांत तरारुन अश्रू उभे राहिले.
जेवताना मी तिला विचारलं, 'पण एवढं करून साठे आला होता कशाला, हे सांगितलंच नाहीस !'
'अय्या, खरंच की ! वधूपरीक्षेला निघाले होते. तुम्ही बरोबर हवे होतात. गोडबोले म्हणून कुणी गृहस्थ आहेत, त्यांची मुलगी खूप सुंदर आहे म्हणे. नाव पण तसंच आहे. मोहिनी. अक्षरश: मोहून टाकणारी आहे म्हणून सांगत होते.'
—मला जो ठसका लागला तो थांबता थांबेचना. पाणी प्यायलो, दही खाल्लं, साखर खाल्ली, पण ठसका थांबेना. तसंच जेवण कसं तरी संपवलं. बातमी ऐकली त्याच क्षणी ठरवून टाकलं, हे लग्न होता कामा नये. काय वाटेल ते करून मोडलं पाहिजे. लंगडी झाली म्हणून काय झालं ! पण हे अमोल रत्न साठ्यासारख्या उलट्या काळजाच्या माणसाला मिळता कामा नये. साठ्यानं जरी मोहिनीला पसंत केलं, तरी गोडबोल्यांनी त्याला नाकारावं, आणि ही गोष्ट गोडबोल्यांना साठे याचा पूर्वेइतिहास समजल्यावरच शक्य होणार होती. ते काम मी करणार होतो. चारच्या सुमारास मी गोडबोल्यांच्या घरी गेलो.

'या, या. आजचा दिवस अपूर्व म्हणायचा. सकाळी तुम्ही बसमध्ये भेटलात, नंतर मोहिनीचं लग्न ज्यांच्याशी नक्की ठरलं ते गृहस्थ साठे तुमचेच स्नेही निघाले. आता तुम्ही आलात. या, या, आनंद आहे.'
मी खुर्चीवर बसलो. बसलो म्हणण्यापेक्षा आदळलो. लग्न ठरलं होतं तर ! होईल का माझ्या सांगण्याचा उपयोग ? होवो अगर न होवो, आपण आपलं काम करायचं !
'तुमचंच नाव 'विटनेस' म्हणून दिलंय तुमच्या स्नेह्यानं. पंधरा दिवसांची नोटीस आजच देऊन आली दोघंजण. आता तुम्हाला लग्नाला यावंच लागेल. दोन्हीकडचे पाहुणे म्हणून.'
गोडबोले कृतकृत्य होऊन बोलत होते. त्यांचं हे समाधान मी हिरावून घेण्यासाठी आलोय याची त्यांना यत्किंचित कल्पना नव्हती. क्षणभर मला वाटून गेलं, —अज्ञानात आनंद असतो. आपण कशाला ही काडी लावा !

पण पुन्हा सुमित्रा आठवली, आणि मी पटकन् म्हणून गेलो-
'लग्न होणारच असेल तर मला 'विटनेस' म्हणून यावंच लागेल.'
'मी समजलो नाही.—' गोडबोले गोंधळून म्हणाले.
'आजच्या स्थळासंबंधी मी तुम्हाला काही खाजगी बाब, —ज्याकडे दुर्लक्ष करणं वैवाहिक जीवनात योग्य ठरणार नाही, अशी सांगायला आलो आहे.' मी एका दमात वाक्य बोललो. वाक्य संपतं न संपतं तोच मोहिनी त्वेषानं बाहेर आली. माझ्यावर नजर स्थिर करीत ती म्हणाली,
'तुम्ही काहीही सांगायची आवश्यकता नाही.'
'बेटा, असं एकदम बोलू नये. कानिटकर, तुम्हांला काय सांगायचं होतं ते सांगा.' गोडबोल्यांनी सांगायला सांगितलं, पण मोहिनीचं ते अनपेक्षित दर्शन पाहून मी गडबडून गेलो होतो. गोडबोल्यांनी पुन्हा विचारलं तेव्हा मी म्हणालो,
'विशेष काही नाही, त्याच्या गतजीवनातला भाग...'
'तो आम्हांला माहीत आहे.' मोहिनी पुन्हा मध्येच बोलली.
तिच्याकडे बघण्याचं धाडस न करता मी गोडबोल्यांना म्हणालो, 'तरी तुम्ही—'
मोहिनी पुन्हा त्वेषाने म्हणाली,
'माझ्याशी बोला ना. माझ्याकडे बघा. तुम्ही सदिच्छेनं आलात, मग ती आता व्यक्त करायला भिता का ? ही भीडच तुम्हांला तुमच्या आयुष्यात नडली आहे. इतकी की, सहधर्मचारिणी कशी असावी हेही तुम्ही तुमच्या वडिलांना सांगू शकला नाहीत. असं बघताय काय ? मी तुम्हांला पसंत पडले होते. माझ्या व्यंगाकडेदेखील, दुर्लक्ष करायला तुम्ही तयार झाला होता. तुमच्या नजरेवरून मी ते चार वर्षांपूर्वी ओळखलं होतं. त्या दिवशीच्या गप्प बसण्याचा अर्थही मी समजले होते. आत्तापर्यंत बहात्तर पुरुष मला पाहून गेले. मी त्यांना बघतच नव्हते अशी तुमची कल्पना आहे ? आज आत्ता मला त्या साऱ्या नजरा पाठ आहेत. बहात्तर नजरांतून बहात्तर अर्थ होते. पण सगळे नेभळट होते. व्यंग असूनही मी त्यांना भारी पडेन ही प्रत्येकाची भीती. पुरुष नव्हतेच ते. बाहुल्या होत्या बाहुल्या ! कुणी आईवडिलांना-कुणी स्वत:लाच भिणारी. तुम्ही त्यांतलेच. रणांगण दुरून पाहणारे. आज तुम्हांला मला आडवण्याचा अधिकार नाही. सहानुभूती, कळकळ व्यक्त करण्याचा हक्क तुम्ही गमावून बसला आहात. तुमच्या मनात सदिच्छा आहे, मी नाकारीत नाही. पण आज अशीच वेळ आली आहे की,—कुणाची सदिच्छा न पटणारी आहे. दुबळ्या माणसाला सदिच्छा दाखवण्याचा अधिकारच नाही. आज माझ्या

आयुष्यात खरा पुरुष आला आहे. आयुष्यात मोहापुढं मला वाकावं लागलं, असं त्यानं बिनदिक्कत मला सांगितलं. जितक्या मोकळेपणानं बाबा माझं व्यंग लोकांना दाखवत होते, तितक्याच मोकळेपणानं साठे यांनी मला व बाबांना आपलं जीवन सांगितलं. तुम्ही त्यांच्याशी भांडलात, चहाचे कप फेकून मारलेत हेही आम्हांला माहीत आहे.'

'बेटी,-किती बोलशील त्यांना ?' गोडबोल्यांनी मध्येच तिला आडवलं.

त्यांच्याकडे बघत ती म्हणाली.

'मी चिडून बोलत नाही. त्यांचा अपमान व्हावा अशीही माझी इच्छा नाही. मला त्यांच्याबद्दल पूर्ण आदर आहे. अजून त्यांना माझ्याबद्दल काहीतरी वाटतंय् हेही समजू शकतं. वाईट वाटतंय् ते तिथंच. तुम्ही माझ्याही भावना तुडवल्यात, आणि त्यापेक्षा स्वतःच्या भावनांची होळी केलीत. हे फार वाईट केलंत. मला नकार दिलात ह्याचं मला दुःख नाही, राग नाही, तुमच्यासारख्या एकाहत्तर पंगुंनी मला नकार दिलाय्. मी पायानं लंगडी आहे. तुम्ही मनानं लंगडे ठरलात. पण मला माझा शारीरिक पंगूपणा नडला नाही, तेवढा तुम्हांला तुमचा मानसिक पंगूपणा नडला.'

थोडा वेळ शांततेत गेला. मोहिनीनं स्वतःला सावरलं. नंतर ती पुन्हा हलक्या, शांत आवाजात म्हणाली,

'मोहापुढं वाकायची वेळ आली तेव्हा वाकलो, असं सांगणारा पुरुष मला भेटला आज. त्याच्याजवळ लपवालपवी नाही. मित्र असून तुम्ही त्याला ओळखू शकला नाहीत; षड्विकारांच्या बलवत्तर शक्तीपुढं माणूस पंगू बनतो हे तो जाणतोय, आणि म्हणूनच त्याच्याजवळ क्षमा करण्याची शक्तीही अमाप आहे. म्हणूनच तो तुमचं भांडण विसरू शकला. तुम्ही मागं मला नकार दिलात तेच चांगलं झालं. त्यामुळं तुम्ही मनानं पंगू आहात हे मला समजलं. एक पंगू दुसऱ्या पंगूला कसा काय सावरणार ? तेव्हा, झालं तेच छान झालं. माझा तुमच्यावर बिलकूल राग नाही. मी तुम्हांला समजू शकते. तेव्हा लग्नाला या, विटनेस म्हणून या, हितचिंतक म्हणून या, एक जुने स्नेही म्हणून या.'

आतून हाक आली म्हणून मोहिनी आत गेली. आणि मी ?-दोन्ही पाय असून मला वाटू लागलं...वाटू लागलं की, कुबड्यांच्या आधाराशिवाय मला आता उठताच येणार नाही !

'जातो मी. पाहताय् काय असं ? मुकस्तंभांनो, सामान द्या माझं मला. हे घर माझं राह्यलं नाही. ह्या फूटपाथवरच्या माणसानं माझ्यावर छत्र धरावं ?-मला इथं झोप यायची नाही. ह्या पोराकडे गहाण पडायला मी तयार नाही. तुम्हाला केजी नको आहेत. पंकज हवाय. तेव्हा, मी जातो-कायमचा जातो.'

पराधीन आहे जगती

'कोई बी चीज उठाव, आठ आठ आना, रुपय्येका दो उठाव; जर्मन कंपनीका दिवाला, रुपिय्ये में दो.'

—पंकज तारसप्तकात ओरडला. त्याची ती आरोळी, ह्या कानातून त्या कानात एखादी लोखंडी कांब लाल होईपर्यंत तापवून आरपार खुपसावी-तशी केजींच्या कानात घुसली. मेंदूला झिणझिण्या आल्या. संतापाची सणक नखशिखांत पसरली. ते ताड्कन उठले. खिडकीपाशी धावत आले. काही फुटांवर उभ्या असलेल्या पंकजची पाठ केजींना बरोबर दिसली. एक लांबलचक भाला इथून फेकून असा मारावा, की त्याचं टोक छातीतून बाहेर आलं पाह्यजे...खरोखरच मारावा !

पण कुणी ?

आपण स्वत: ? छे, त्याला मारायचं आणि स्वत: फासावर जायचं ? पंकज नसताना तर जगायचंच आहे असा काही तरी कायदेशीर, सनदशीर मार्ग

हवा, की ज्यामुळे ही आरोळी पुन्हा ऐकायची पाळी येणार नाही.
—खून वगैरे आपले मार्ग नव्हेत. आपली पोझिशन, डिग्निटी, शिक्षण आणि संस्कार !
—केजी खिडकीपासून दूर झाले. पुन्हा पलंगावर येऊन पडले. पोझिशन, डिग्निटी, शिक्षण, संस्कार हे चार पहारेकरी मध्ये आहेत. पंकजचं रक्षण करीत आहेत. खरं तर हे आपले गुण ! —आपल्या आयुष्यातल्या जमेच्या बाजू पण आज त्या आपल्याच विरुद्ध उभ्या आहेत. परधार्जिण्या झाल्या आहेत. केजी पुन्हा तळमळत पलंगावर पडून राह्यले. ती कर्णकटू आरोळी कानावर येत राह्यली.
...गेले चार महिने हा त्रास सुरू आहे.
तो घातवार केजी विसरणार नाहीत. चार ऑक्टोबर ही ती तारीख. त्या दिवशी तो पोस्टासमोर, अगदी घरासमोर येऊन कोकलू लागला, 'जर्मन कंपनीका दिवाला...'
पहिल्या दिवशी केजी म्हणाले होते, 'बरोबर आहे. लाचलुचपत, फसलेली दारूबंदी, काळाबाजार, ह्यानं देश इतका पोखरलाय् की, ह्यांना मदत करून खरोखरच परराष्ट्रांचं दिवाळं वाजणार आहे.' प्रथम प्रथम त्याच्या त्या विविध आरोळ्यांचं कौतुक वाटलं, पण अवघ्या पाऊण तासात ती डोकेदुखी ठरली. केजींना स्वस्थ बसवेना. त्यांनी बायकोला हाक मारली. सरोजिनीबाई समोर येऊन उभ्या राह्यल्या.
'त्या पोराला सांग, जरा हळू ओरड म्हणून.'
'तो थोडंच आपलं ऐकणार आहे ?'
'तू मलाच सांगत बसू नकोस ग, त्याला सांग.'
—सरोजिनीबाईंनी त्याला खिडकीतूनच शुक शुक करून हाक मारली. गळ्यातल्या ट्रेसकट तो धावत आला. त्याच्या ट्रेमधला स्टोच्या पंपाचा वायसर पाहताच, त्याला दम भरायचं विसरून त्या म्हणाल्या,
'पंपाचा वायसर दे.'
'जरूर,' असं म्हणत त्यानं वायसर दिला.
'बसेल का नीट ?'
'नहीं बैठेगा तो हम बदली करके देगा—'
'नंतर कुठं शोधायचा तुला ?'
'हम कहा भागनेवाले है ? हम तो सामने बैठनेवाला है.'
—तेवढ्यात केजी पलंगावरूनच ओरडले, 'त्याला दम भर म्हटलं तर त्याच्याशी सौदा करतेस काय !'

'हां हां, ओरडते त्याला.'

'क्या हुआ ?'

'आमचे केजी म्हणताहेत हळू ओरड.'

'क्या कहा ?'

'जोरसे मत ओरडना.'

'हम तो रास्तेमे चिल्लाते है, आपके घरमे थोडेही चिल्लाते है ?'

सरोजिनीबाई भयंकर अस्वस्थ झाल्या. रस्त्यावरच्या मुलाकडून अपमान, तोही अकारण, केजींनी सांगितलं म्हणून. केजींना काही सांगण्यासाठी त्या वळणार, तोच केजी स्वत: रागारागानं बाहेर आले. घरातल्या घरात; पण मुलाच्या अंगावर ते धावले, खिडकीपाशी जाऊन हातवारे करीत ते ओरडले,

'फेरीवाला तो फेरीवाला, आणि रुबाब करतोय. हाकलून लावीन तेव्हा कळेल.'

'बहोत देखे है हकालनेवाले.'

'जाव जाव.' केजी तारस्वरात किंचाळले.

—जास्त न वाढवता तो मुलगा पुन: फुटपाथवर गेला आणि पहिल्यापेक्षा जास्त तारस्वरात ओरडायला लागला. 'जर्मन कंपनीका दिवाला ऽ ऽ ऽ'

'तुम्ही निष्कारण डोक्यात राख घालता.'

'मला शिकवू नकोस.'

'शिकवत नाही हो, पण तो रस्त्यावरचा पोरगा तुमचं कसं ऐकेल ? घरातली पोटची मुलं ऐकत नाहीत. तो काय मग भीक घालतोय आपल्याला ?'

'त्याचा आवाज ऐकलास ? शहारे येतात अंगावर. पंधरा दिवस जर ती आरोळी मी ऐकली, तर बहिरा होईन. मला शांतता हवीय.'

'ती मुंबईत कुठंही मिळायची नाही. हे घर विका आणि चला कुठं तरी लांब विरारला, नाही तर डोंबिवलीला.'

'घर विकायची भाषाच सोड. काही तरी सल्ले देत बसू नकोस. माझं डोकं जास्त भडकवू नकोस.'

सरोजिनीबाई आत गेल्या आणि स्टोशी खटपट करू लागल्या; आणि पाचच मिनिटात बाहेर आल्या.

'एवढा वायसर बसवता का ? चहा करते मग तुम्हाला.'

केजींनी वायसर बसवायला घेतला. त्यांचं ते काम चालू असतानाच सरोजिनीबाई भीत भीत म्हणाल्या,

'घर विकायचा विषय काढला की तुम्ही चिडता, पण त्या घराची अवस्था पाहिलीत का, काय झालीय ती ?'

'त्याला काय झालंय ?'

'ते कोसळलं म्हणजे त्याला काही झालंय असं म्हणणार का तुम्ही ? गिलावे पाहा, रंग पाहा, छत पाहा. पावसाळ्यात तर दहा ठिकाणी धार लागली होती.'

'बाईसाहेब; दहा ठिकाणी गळत होतं हे आम्ही पण पाहात होतो, पण तेवढ्याच वाटा आणि तशीच गळती इथं खिशाला लागली आहे, त्याचं काय ! नुसता रंग आणि गिलावे करायचं म्हटलं, तर हजार-बाराशे हवेत.'

'गळती काढल्याशिवाय रंगाचा काय उपयोग ?'

'म्हणजे दोन-अडीच हजार हवेत—' केजीचा हात एकाएकी थांबला. हातातला वायसर सरोजिनीबाईंच्या अंगावर भिरकावीत ते म्हणाले,

'घ्या तुमचं. जर्मन कंपनीका दिवाला...'

'माझ्यावर का चिडताय ?'

'तुम्हाला त्या पोराला दम द्यायला सांगितलं, तर त्याच्याकडे खरेदी केलीत.'

'तुम्हाला मी दोनदा आठवण केली. तीन-चारदा शरदला सांगितलं. मी म्हणून तो स्टो तसाच वापरते तरी. तुम्ही दोन-तीनदा पंप करून, लाथेनं उडवला असतात.'

—बोलता बोलता सरोजिनीबाई खिडकीजवळ आल्या.

'काय करतेस ?'

'त्या मुलाकडून बदलून घेते.'

'काही नको त्याच्याशी पुन: बोलायला.'

'वा, पंधरा पैसे काय वर आलेत की काय ?—तो म्हणाला होता बदलून देईन म्हणून.'

'विसरा ते. माणूस शब्द एवढा पाळू लागला, तर इतर देशांकडे भीक नसती मागावी लागली.'

केजी बडबडत बसले. सरोजिनीबाईंनी त्या मुलाला तोवर बोलावलं.

गळ्यातला ट्रे कट्ट्यावर ठेवीत तो म्हणाला,

'दूसरा देगा. स्टो दे दो. हम वायसर बिठाके देगा.'

दोन मिनिटांत त्याने वायसर बसवून दिला. त्याची परीक्षा बघायची म्हणून सरोजिनीबाईंनी 'पैसे आणते' म्हटलं. गळ्यात ट्रे अडकवीत तो म्हणाला, 'उनकी जरूरत नही. मिष्टेक मेरी थी. और कुछ होना तो बोलना बाई.'

केजींसमोर येत त्या म्हणाल्या, 'पहा, दिला की नाही बदलून.'

'पंधरा पैशांची बाब होती म्हणून दिला, नवल काय !'

'त्याचा प्रामाणिकपणा कबूल करा न चिडता. पंधरा पैशांसाठी, तुम्हीच नाही

का चिडून वायसर माझ्या अंगावर फेकलात मघाशी ?'
—केजींचा चेहरा एवढा क्रुद्ध झाला त्यावर, की पुढचा प्रसंग ओळखून, विषय न वाढवता सौ. केजी आत गेल्या.
—तो मुलगा चार ऑक्टोबरला केजींच्या घरासमोर आला आणि त्याच दिवशी ही अशी बायकोबरोबर बोलाचाली झाली. नंतर चहा मिळाला स्टो नीट झाल्यामुळे, पण चहाला चहाची चव नव्हती. त्या मुलावरून निर्माण झालेला कडवटपणा मनात घर करून राह्यला. रात्री नऊपर्यंत तो मुलगा केकाटतच होता, 'जर्मन कंपनीका दिवाला ऽऽ'
तेव्हापासून केजींना कधी नाही एवढा त्या घराचा राग येऊ लागला. भर वस्तीतलं परळचं ते घर, कितीतरी वर्षांपासून गाडगीळ वकिलांचं घर म्हणून प्रसिद्ध होतं. गाडगीळ वकील मरताना कृष्णाजीपंतांना म्हणाले, 'कितीही संकटात सापडलास तरी ही वास्तू विकू नकोस.'
कृष्णाजीपंतांना एक मामुली नोकरी होती. म्युनिसिपालिटीत ते चीफ अकौंटंटच्या खात्यात जे चिकटले ते चिकटले. वडिलांच्याइतकी बुद्धिमत्ता नव्हती. जेमतेम कसे तरी गचकत गचकत ते बी. ए. झाले आणि म्युनिसिपालिटीकडे सेवानिवृत्त होईपर्यंतच्या करारावर गहाण पडले. त्यांच्या खात्यात ते चिकटेपर्यंत तिथे आणखीन गाडगीळ आडनावाची दोन माणसं होती. सोयीसाठी कृष्णाजीपंत गाडगीळ ह्या नावाचं सुटसुटीत नाव केजी असं पडलं; आणि केवळ ऑफिसातच नव्हे तर घरीदारीही प्रचलित झालं.
—घरीदारीही !
—वास्तविक आता मालकीचं घरदार असणं ही बाब केजींच्या हिशेबी अभिमानाची ठरायच्या ऐवजी, डोकेदुखीची ठरली होती. भरवस्तीतलं ते घर आता एवढं मोडकळीला येऊ पहात होतं, की डागडुजीची फार गरज होती. तेवढी केजींना ऐपत नव्हती. घर विकायची टाप नव्हती. कारण संस्कारांनी ते बांधलेले होते. त्या घरावरून बाहेरची माणसं तर बोलत होतीच, पण केव्हा केव्हा एकुलता मुलगा आणि अगदी केव्हा तरी विद्या-त्यांची मुलगी पण उपहासानं बोलायची. खुद्द केजी पण त्या घराला केव्हा केव्हा कंटाळायचे. परवाच्या पावसाळ्यात तर, केजींच्या पलंगावरच अभिषेक होत होता. पण जागा बदलून पलंगावर झोपावं अशी एकही दिशा राहिली नव्हती.
—ते घर दुरुस्त करायची ऐपत नव्हती आणि विकायला मनही होत नव्हतं. केवळ वडिलांची परवानगी नव्हती म्हणून नाही, तर केजींचा पण त्या जुन्यापुराण्या वास्तूवर जीव होता. ती वास्तू विकताना कवडीमोलानं विकायची आणि येतील त्या पैशात-आता आहे त्याच्या एक चतुर्थांश जागा पत्करायची,

तीही शहरापासून दूर, हा हिशेब खिशाला आणि मनाला न परवडणारा होता. —एकीकडे हे असेही विचार होते आणि एकीकडे त्या सगळ्याचा उबग पण आला होता. उबग होता तो घराचा नसून आजूबाजूच्या वातावरणाचा होता. गर्दीचा होता. सुसाट पळणाऱ्या वाहनांचा होता. कर्णपटू हॉर्न्सचा होता. हॉर्न्स ! निरनिराळ्या स्वरांत ओरडणारे हॉर्न्स. पहाटे साडेपाच-सहा वाजल्यापासून रात्री शेवटचा सिनेमा सुटेपर्यंत सतत किंचाळणारे. चारही दिशांना आवाज, आवाज आणि आवाज ! माणसाचा आतला आवाजही त्याला ऐकू न देणारे हे बाहेरचे आवाज, त्यात भर म्हणजे केजींचं घर बैठं. शेजारीच चिकटून असलेल्या इमारती तीन तीन मजली. त्या इमारतींतून फेकलेली घाण केजींच्या गच्चीत, कौलांवर पडायची. तळमजली घर असल्यानं, डबल डेकर बसेसच्या टायर्सचे पण फर्रर फर्रर आवाज असह्य वाटायचे. आणि ह्या सर्व आवाजात चार ऑक्टोबरपासून आणखीन एका कर्णपटू आवाजाची भर पडली होती. 'कोई बी चीज उठाऽ ऽव !'
—केजींच्या मन:शांतीला त्या दिवसांपासून हा नवा सुरुंग लागला. ज्याप्रमाणे वाहनांचा आवाज ते थांबवू शकत नव्हते, तितकाच हाही एक आवाज ते थांबवू शकत नव्हते. प्रथम प्रथम त्यांना वाटलं, ह्या एवढ्याशा पोराचा बंदोबस्त चुटकीसरशी करता येईल. पण ते काम फारच बिकट निघालं. दोन-तीन वेळा ते पोलिस स्टेशनवर जातीनं जाऊन आले. त्यांची तक्रार नोंदवली गेली. त्याप्रमाणे एक हवालदार दिवसभर त्या मुलाच्या मागे लागलेला पाहून केजींना बरं वाटलं. पण दुसऱ्याच दिवशी त्या हवालदाराला आणि मुलाला एका कपातून चहा पिताना पाहून, त्यांची तळपायाची आग मस्तकात पोहोचली. घरातल्या घरात रागारागानं फेऱ्या मारीत ते म्हणाले,
'हेच, हेच झालंय सगळीकडे. एका कपाच्या फुकट चहासाठी माणसं हपापली आहेत. त्यांना फटके मारले पाहिजेत.'
'काय झालं ?' सरोजिनीबाईंनी विचारलं.
'ते पहा बाहेर, हवालदारसाहेब चहा पिताहेत आरामात. सरकारी नोकर हे, पण कसे लालचावलेले आहेत पहा.'
'इश्श, एक घोट चहानं काय होतंय ?'
'अहो, ही सुरुवात आहे. एक घोटानं काय होतं ? मनाला सवय जडते त्या एका फुकट घोटाची. तो पोलिस विकला जातोय, आणि तो फूटपाथवाला, फालतू पोरगा त्याचा मालक होतोय.'
'तुम्ही हल्ली भलतंच काही तरी वागायला लागलात.'
'तुला पहायचं आहे का, मी काय म्हणतो त्याचा अर्थ ?'

—तेवढ्यात बाहेरून आवाज आला, 'जर्मन कंपनीका...'
केजी तरातरा बाहेर गेले. मिशीला लागलेला चहा पुसत हवालदार तिथेच उभा होता. केजींनी त्याला हाक मारली.
'हवालदार, त्या पोराचा काही बंदोबस्त करा ना ?'
'साहेब, आता किती वेळा हाकलायचा त्याला ?'
'का ? —जमत नसेल तर युनिफॉर्म काढून ठेवा आणि तुम्ही पण गळ्यात ट्रे अडकवून रहा फूटपाथवर उभे, म्हणजे रोज एकमेकांना चहा पाजायला बरं.'
'साहेब, फुकट दमदाटी करू नका. नंबर घ्या आणि रिपोर्ट करा स्टेशनवर.'
केजी आणखीन काही बोलणार तेवढ्यात सरोजिनीबाई बाहेर आल्या. त्यांनी केजींचा चक्क दंड पकडला आणि त्यांना अक्षरश: ओढून आत नेलं.
'तू कशाला मध्ये आलीस ?'
—बाहेरचा दरवाजा बंद करीत त्या म्हणाल्या,
'तुम्हाला खरोखर काही कळत नाही. अहो, अख्खं पोलिस खातं ह्या फूटपाथवाल्यांकडे गहाण पडलं आहे. कायद्याचा बडगा सभ्य लोकांच्या मागं लागलेला आहे. तुम्ही वैतागून काय करणार आहात ? गुपचूप पडून रहा. उगीच डोकं पिकवून घेऊ नका.'
आणि गेल्या चार महिन्यांत असंच घडत आलं. सगळं जग केजींच्या मागं लागलं होतं. नाना तऱ्हेचे आवाज मोठमोठ्यांदा करून त्यांच्या घरासमोरून धावत होतं. फेरीवाल्याच्या रूपानं छळत होतं. महागाईच्या रूपानं पिळत होतं. लाचखाऊ लोकांच्या सहवासानं पीडत होतं आणि त्यांचं न ऐकणाऱ्या नातेवाईकांच्या रूपानं चिडवत होतं. —हे नातेवाईक कुणी लांबचे नव्हते. अगदी जवळचे जवळचे, म्हणजे खुद्द बायको, मुलगा आणि मुलगी. घरातली ही अगदी जवळची अशी तिघं. त्या फेरीवाल्याला सामील होत होती. सरोजिनीबाई त्या मुलाकडून वस्तू घेत होत्या. मुलगा गप्पा मारीत होता आणि मुलगी शाळेतल्या मैत्रिणींच्या घरी त्याच्यातर्फे निरोप वगैरे पाठवत होती.
—असंच केव्हा तरी त्या मुलाचं नाव पंकज आहे हे त्यांना कळलं.
तो पंधरा-सोळा वर्षांचा पोरगा त्यांना छळत होता.
उभ्या आयुष्यात कुणाशीही वैर न धरलेल्या केजींना तारुण्याच्या सरत्या काळात ह्या पोराशी, तारुण्यात प्रवेश करणाऱ्या पोराशी-सामना देण्यासाठी उभं राहण्याची पाळी आली. त्यामुळं त्याचा बंदोबस्त कसा करावा हेही त्यांना कळेना. घरच्या माणसांची मदत मिळणं अशक्य होतं; कारण केजींच्या गैरहजेरीत पंकज त्या घरचं काम करीत होता. अचानक पाहुणे आले तर, कोपऱ्यावरून लिंबं आणून देत होता. सुटे पैसे तर त्याच्याजवळ कधीही

मिळायचे. खुद्द केजींनाच एकदा मोड हवी होती, तर पंकजनं पटकन दिली
होती. अर्थात मोड मागायचं काम सौ. केजींनी केलं होतं. पण त्याच वेळेला
नेमकी गंमत झाली. रुपयाच्या दहा नोटांपैकी एक नोट खोटी निघाली.
संध्याकाळी केजी घरी आले ते तापूनच ! आल्या आल्या ते ओरडले,
'तुला चेष्टा वाटते, पण हे सिंधी लोक त्यांच्या रक्तावरच जाणार.'
'काय झालं ?'
'दहातील एक नोट खोटी आहे.'
—सौ. केजी काही बोलणार तोच केजींची सरबत्ती सुरू झाली,
'हरामखोर, पाजी, बदमाश...' लाखोली वाहता वाहता ते पाठीमागं वळलं
आणि पाहतात तो खिडकीत पंकज उभा होता. केजी गप्प झाल्यावर तो
म्हणाला,
'गालियाँ खतम हुई क्या ?-थक गये ?'
'चालायला लाग.'
'हम कहाँ रहनेके लिये आये है ?—सुबह एक नोट गलतीसे आपको दी
गयी. दूसरी देनेको आया था.'
—केजींनी झडप घालून नोट हस्तगत केली.
'वो खोटी नोट वापस दे दो ना.' पंकजने आठवण केली.
—केजींनी रागारागानं नोट त्याच्या अंगावर भिरकावली. सरोजिनीबाईंनी
कुतूहलानं विचारलं,
'तू ह्या नोटेचं काय करणार आता ?'
'किसी बनियाको दे देंगे शामको.'
'म्हणजे फसवाफसवी करणार ?'
'आदमी देखके करता है. बनीयाको बनानेमें पाप नहीं लगता. वो तो पापका
पैसा कमाता है, केजीकाका तो इमानका पैसा कमाता है.'
'कशावरून रे ?'-सौ. केजींनी मुद्दाम विचारलं.
'इमानसे कमाता है इसके लिये घरकी हालत देखो कितनी बुरी है. पापका
पैसेवालेका घर झगमगाता है. ये खोटी नोट ऐसे ही घरमें जायेगी. माताजी,
दिलसे दिल दिया तो हम जान देते है, और दुष्मनके बारेमें उनकी जान लेते
है.'
—पंकज जाता जाता एवढं बोलला आणि शेवटचं वाक्य बोलताना केजींकडे
नजर टाकून गेला. केजी तर टरकलेच, पण सौ. केजीही अस्वस्थ झाल्या.
गेल्या चार महिन्यांतला हा सगळा इतिहास केजींना आठवून गेला. त्यांच्या
अंगाची लाहीलाही होत होती आणि उपाय सापडत नव्हता.

—उपाय अनेक गोष्टींवर हवे होते. भलं-बुरं कळायला लागलेल्या वयाचा झालेला शरद चाकोरी सोडून वागत होता. केजींच्या कानांवर अधूनमधून त्याचे प्रताप येत होते. विद्याचं बरं चाललेलं होतं; पण अधूनमधून तिला दम्याचा त्रास व्हायचा. पण ह्या विवंचना काही विशेष नव्हत्या. आर्थिक विवंचना त्यांना जास्त पोखरीत होती. मागच्या बाजूची कंपाउंडची भिंत पडलेली होती. मागे एक भिकार गल्ली होती. पडलेल्या भिंतीवरून मुलं आत यायची. धुडगूस घालायची. भिंतीचा काही भाग ताबडतोब दुरुस्त करायला हवा होता. हे सगळं आत्ता पुन्हा आठवून ते स्वत:शी म्हणाले, 'हे घर मला सांभाळतं आहे की मी घराला ?' —मागच्या भिंतीचा तो पडका भाग कमीत कमी खर्चात दुरुस्त करणारा एक कंत्राटदार केजींना भेटला होता; पण कमी कमी म्हणतानाही पाचशे-सहाशे रुपये हवे होते. आता ह्या कंत्राटदाराला पकडून ठेवायला हवा. तेवढ्यासाठी कुठंही कधी हात न पसरणारे केजी, त्यांच्या मित्राकडे सकाळी बोलले होते. 'संध्याकाळी या, होईल तेवढी व्यवस्था करतो.' सरोजिनीबाई पण एके ठिकाणी सोय होते का ते पाहायला गेल्या होत्या. आणखीन पाच मिनिटं त्यांची वाट पाहून बाहेर पडावं की अगोदरच जावं ह्या संभ्रमात केजी खिडकीजवळ उभे होते. आपण गेलो आणि तो शहा कंत्राटदार घरी येऊन गेला तर पंचाईत होणार होती. जरा वेळ सरोजिनीबाईंची वाट पहावी असा विचार करून केजी पलंगाकडे वळणार तोच बाहेर मोठा आरडा ओरडा झाला. केजी खिडकीजवळ आले. नेहमीचं दृश्य ! —म्युनिसिपालटीची गाडी आली होती आणि फेरीवाले सैरावैरा हातात गाठोडी, ट्रे घेऊन पळत होते. तेवढ्यात दरवाज्याचा मोठा आवाज झाला. केजींनी पाह्यलं तर गळ्यात भला मोठा ट्रे अडकवून पंकज येत होता. तो मागं पाहात होता आणि पुढं चालत होता. केजी पटकन् आडोशाला झाले. त्यांनी पंकजला पुरतं आत येऊ दिलं. खिडकीखाली त्यानं गळ्यातला ट्रे ठेवला. पळता पळता त्याच्या काही वस्तू—कंगवे, पिना, प्लॅस्टिकचे ग्लास —ह्यांसारख्या वस्तू पडल्या होत्या. त्या गोळा करण्यासाठी तो धावला. त्या क्षणी केजींच्या मनात विचार आला, ह्या तऱ्हेने हा नेहमी येत असला पाहिजे. दुसऱ्याच क्षणी केजींना आठवलं, हीच ती संधी. कायदेशीर चालून आलेली. विजेच्या वेगानं केजी पुढं धावले. त्यांनी त्या ट्रेला हात घातला. कल्पना केली होती, त्यापेक्षा ट्रे जड लागला. तेवढ्यात धापा टाकीत पंकज आला.
'काकाजी, ये क्या करते हो ?'—असं म्हणत त्याने ट्रेला हात घातला.
'हमारे घरमें क्यों आए ? ये क्या रास्ता है ?' असं म्हणत केजींनी तो ट्रे खिडकीतून बाहेर भिरकावून दिला. त्याच वेळी म्युनिसिपालिटीची मोटर

केजींच्या घरासमोर आली. माणसं धावली. हुल्लड झाली. सर्वत्र पसरलेल्या ट्रेमधल्या वस्तू म्युनिसिपालिटीच्या लोकांनी उचलून मोटारीत टाकल्या. कुणी तरी ट्रे ताब्यात घेतला. हे होईतो पंकज वेडावाकडा धावत होता. बचावतील तेवढ्या वस्तू ताब्यात घेत होता. तोच एकानं त्याचा दंड पकडून त्याला मोटारीत घातला. मोटर निघून गेली. रस्त्यावर नेहमीप्रमाणं हालचाली सुरू झाल्या.

केजींना आनंदाच्या उकळ्या फुटायला लागल्या. आज त्यांना विजय मिळाला होता. सूड घेतल्याचं अंशत: त्यांना समाधान मिळालं होतं. घरात बायको नव्हती म्हणून हे शक्य झालं होतं. समाधानानं ते खोलीत फेऱ्या मारू लागले. तेवढ्यात दुसऱ्या फेरीला त्यांचं लक्ष खिडकीखाली गेलं. एक साधं पाकीट पडलं होतं. केजींनी ते पाकीट उचललं. उघडून पाहतात तो त्यात शंभराच्या पाच नोटा. केजी प्रथम दचकलेच; आणि मग त्यांना एकाएकी मित्राची आठवण झाली. त्यानं आपली पैशाची व्यवस्था कदाचित केलेली असेल. मुलीला हाक मारायची म्हणून ते वळणार—तर विद्या समोरच उभी.

'काका, तुम्ही पंकजचा ट्रे फेकून दिलात ?'

—विद्या गप्प बसली. केजी कपडे करीपर्यंत ती तशीच उभी होती. हातातलं पाकीट केजींनी कपाटात टाकलं आणि ते लगेच बाहेर निघाले.

'मी येतो अर्ध्या-पाऊण तासात. शहा येतील, त्यांना थांबवून धर.'

सरोजिनीबाई घरी परतल्या त्या नकारच घेऊन. पैशाची व्यवस्था होऊ शकली नाही. एखाद्या माणसाकडे उसने पैसे मागून नकार घेण्यासारखी अवहेलना नाही. एक तर सोय होतच नाही; आणि अकारण शब्द गमावल्याचं वैषम्य राहतं. सरोजिनीबाईंचं नेमकं तेच झालं. त्या खट्टू होऊन परतल्या. पण घरी आल्यावर कपाटात पाहतात तो समोरच पाकीट. कुतूहलानं पाहतात तो आत शंभरच्या पाच नोटा. केजींनी व्यवस्था केलेली दिसतीय असं म्हणत त्या स्वयंपाकघराकडे जाणार तोच विद्या म्हणाली,

'आज काकांनी पंकजचा ट्रे फेकून दिला.'

'काय !'

पण तेवढ्यात कंत्राटदार शहा आले.

'या, बसा.'

'नाही, बसत नाही. बिलकुल टाईम नाही. केजींनी आमचं काम केलंय का ?'

'ॲडव्हान्सचं का ?'

'हो. त्यांना सांगून ठेवा; मी चार दिवसांनी येईन. ॲडव्हान्सची सोय झाली असली तर माणसं उद्याच पाठवणार होतो.'

'थांबा जरा.'

—सरोजिनीबाई आत गेल्या. क्षणभर त्या घोटाळल्या. आपण हा व्यवहार करावा, की न करावा ह्या संभ्रमात त्या पडल्या. पण कपाटात मिळालेले पैसे निश्चित शहांना देण्यासाठीच आणले होते हे त्यांना माहीत होतं. शहांना पैसे देण्यात कोणताच धोका नव्हता.

सरोजिनीबाईंनी शहांना पैसे दिले. शहांनी तत्परतेनं पावती दिली; आणि ते निघून गेले. शहा गेले आणि पाचच मिनिटांच्या फरकानं केजी घरी आले. सरोजिनीबाईंनी केजींना आल्याबरोबर ती बातमी सांगायची, पण त्यांच्या डोक्यात पंकजचा विषय होता. त्यामुळं केजींना पाहिल्याबरोबर त्यांनी विचारलं,

'पंकजचं काय झालं ?'

'चांगली जिरवली त्याची.'

'चांगलं नाही केलंत हे.'

'तुम्हाला त्याचा पुळका का एवढा ?'

'तुम्हाला एवढा राग का ? गरीब आहे पोरगा, स्वत:चं पोट हिंमतीनं भरतोय. परोपकारी पण आहे. इथं खूप मदत करतो. त्याच्याशी अकारण वैर धरताय तुम्ही. मला भीती वाटते त्याची.'

'तो काय वाकडं करणार आहे माझं ?'

'असं म्हणू नका. महिन्यापूर्वी तो म्हणाला, जिवाला जीव देईन कुणी माया केली तर, आणि चिडलो तर जीव घेईन.'

'जीव घेतोय ! काय मोगलाई आहे काय ? तो आता अडकलाय पोलिसकडे.'

पण केजींचं वाक्य पुरं व्हायच्या आतच मागून शब्द आले,

'साब...'

केजी गर्रकन वळले. पाहतात तो समोर पंकज. खूप थकलेला, आवेश ओसरलेला, चेहरा काळवंडलेला. तो पडलेल्या आवाजात म्हणाला,

'साब, आपने बहोत नुकसान किया हमारा.'

'तू सुटलास कसा एवढ्यात ?' सौ. केजींनी विचारलं.

'हम बाहर रहनेवाला है, पोलिस भी बाहर रहनेवाले है. बाहर रहनेवालोंने बाहर रहनेवालोंका ख्याल रखना जरूरी है. आप अंदर रहनेवाले हो, आपको ये हिसाब नहीं समझेगा. लेकिन साबने हमारा बहोत नुकसान किया.'

'काय झालं ?'

'हमारा माल वापस मिल जायेगा, लेकिन पैसा गया तो गया. बिझनेसके लिये पाचसो रुपिया लाये थे, वह अखखा पाकिट गया.'

सरोजिनीबाईंनी पटकन केजींकडे पाह्यलं; आणि तत्क्षणी केजींना एक कल्पना सुचली. ह्याला आता उपकाराखाली दाबून, त्याचे पैसे परत करून, पुन्हा इथं बसायचं नाही, अशी अट ते पंकजला सहज घालू शकणार होते. आणि केजी तसे प्रामाणिक होते, स्वाभिमानी होते. फुकटचे पैसे आपल्याला तसे पचणार नाहीत, ह्या मध्यमवर्गीय नीतितत्त्वानं धास्तावलेले होते. ते पटकन् म्हणाले, 'तुझे पैसे घेऊन चल. पाकीट घरातच पडलं होतं.'—आणि मग पुढं सरोजिनीबाईंकडे वळून ते म्हणाले, 'कपाटातलं पाकीट आणा.'

त्या क्षणी सरोजनीबाईंचा चेहरा उतरला. शहांना पैसे देण्यात काहीच धोका नाही असं जे आपल्याला वाटत होतं ते चुकीचं ठरलं-हे त्यांनी जाणलं. त्यांनी भीत भीत विचारलं,

'ते पाकीट पंकजचं होतं ?'

'हो; का ?'

—पंकज त्या दोघांच्याकडे निरखून पाहात होता. काही तरी गफलत आहे आणि ती आपल्याला अनुकूल असण्याची शक्यता आहे हे त्या चाणाक्ष पोरानं ओळखलं.

'मी त्यातले पैसे शहांना दिले.'

'दिवे लावलेत !'

'ओरडता काय जाता येता ? —असं काही असेल, ह्याची कल्पना तरी कुणाला येईल का ?—'

—संधीचा फायदा उठवला नाही, तर तो सिंधी कसला ? केजी रागानं काही बोलणार तोच पंकज म्हणाला,

'साब, परेशान मत होना; कुछ बडी बात नही है.'

केजींच्यामधली हवाच त्या प्रसंगानं गेली. पंकज त्यांचा सावकार झाला. शहांनी मागच्या भिंतीचं भगदाड दुरुस्त करून दिलं. मागून घुसणाऱ्या गुंड पोरांचा त्रास वाचला, पण पंकजचं घरात बस्तान बसलं. तो राजरोस घरात येऊ लागला. घरातली कामं करू लागला. ते सर्व करताना तो प्रौढी बिलकुल मिरवत नव्हता. पण केजींचं मन खात होतं. आतल्या आत चरफडत होतं. जळत होतं. पंकजच्या उपकारातून त्यांना सुटायचं होतं, पण मार्ग खरोखर सापडत नव्हता.

पंकजचं घरात कौतुक होत होतं; कारण मध्यमवर्गीय कुटुंबाला वेळी-अवेळी फार आवश्यक वाटणाऱ्या, पण तशा अगदी फार सामान्य वस्तू तो कुठून ना कुठून पटकन आणून द्यायचा. साधी तिकिटांची बाब. खूप वर्षांनी मराठी

चित्रपट लागला आणि तोही चांगला. पहिल्या प्रयोगाला जायची केजींची इच्छा होती. सहसा ते सिनेमाला जात नसत. वर्षाकाठी एखादा. पण 'गंगेत घोडं न्हालं'ची जाहिरात बघितली आणि त्यांना, तो मागं बघायचा राह्यला म्हणून पाहायची इच्छा झाली. 'भारतमाता' टॉकीज जवळ होतं. पण तिकिटांची शाश्वती नव्हती. पण पंकजनं ते काम बिनबोभाट चुटकीसरशी केलं. विद्याला दमा होता; जरा हवा बदलली की, सर्दी व्हायची. कुणी तरी सांगितलं, घरात ब्रँडी ठेवावी. आता केजी तसलं औषध आणायला जाणार कुठं ? -पण ते कामही पंकजनं हसत हसत केलं.

पंकजचा उपयोग होताही आणि तरी तो केजींना नको होता. त्याच्यातर्फे होणाऱ्या प्रत्येक कामाच्या वेळी आपला नव्यानं पराभव होतोय ही भावना त्यांना पोखरत होती. घरातल्या सगळ्या माणसांना तो जिंकत होता—सेवा करून, गोड बोलून !

—आणि एके दिवशी गंमत झाली. नित्याप्रमाणे, एक कर्तव्य करायचं ह्या भावनेनं म्युनिसिपालिटीची मोटार आली. फेरीवाल्यांच्या एकमेकांत सांकेतिक शिट्या झाल्या. दोन फर्लांगावर मोटार असतानाच बिनतारी संदेशाप्रमाणे सगळ्या फेरीवाल्यांना मोटारीच्या आगमनाची वर्दी मिळायची, तशी वर्दी आज पण मिळाली. सगळ्या फेरीवाल्यांची धावपळ सुरू झाली. आरडाओरडा झाला. कुतूहलानं म्हणून केजींनी बाहेर नजर टाकली. अपेक्षेप्रमाणे ट्रे घेऊन पंकज त्यांच्याच घरात धावत येणार होता; पण तो आला नाही; आणि नवल म्हणजे तो त्याच्या सामानाजवळ पण नव्हता. मोटार जवळ आली.

मोटारीतल्या माणसांनी फेरीवाल्यांच्या मागं धावायला सुरुवात केली. केजी क्षणभर विचारात पडले. त्यांच्या डोळ्यांसमोर त्या दिवशीचा प्रसंग आला. त्यांनी फेकून दिलेला ट्रे आठवला. पाचशेचं पाकिट आठवलं. आपण ऋणको, पंकज धनको !— आणि मग डोळ्यांचं पातं लवतं न लवतं तो ते स्वत: बाहेर धावले. पोलिसांची झडप पडायच्या आत त्यांनी तो रस्त्यावरचा ट्रे उचलला आणि ते धावत धावत घरात आले.

—बाहेरच्या खोलीत आलेल्या सरोजिनीबाई दारातच थबकल्या. समोर केजी हातात ट्रे घेऊन उभे होते. आपल्या बायकोनं हे पाह्यलं, हे पाहताच केजी संकोचले, लाजले आणि त्याच वेळी स्वत:वर चिडले. त्याच क्षणी सरोजिनीबाई काही न बोलता आत गेल्या असत्या तर काही झालं नसतं; पण त्या म्हणून गेल्या,

'तुम्ही ट्रे आणलात पंकजचा ?—थांबा तसेच; दृष्ट काढते.'

केजी भडकले. हातवारे करीत ते ओरडले,

'न आणून सांगतो कुणाला ? -आम्ही ऋणको आहोत ना त्याचे ?'
'काही तरीच त्रागा तुमचा. पंकजनं कधी दर्शवलं का तुम्हाला तसं ?'
'त्याची बाजू घेऊ नका. आमचा अपमान आमच्याजवळ. कळलं ?' सौ. केजी गुपचूप आत गेल्या.
पंकजच्या तावडीतून, कर्जातून केजींना लवकरात लवकर सुटायचं होतं; पण त्यांना कल्पना नव्हती, अशा तऱ्हेनं ते त्यात अडकणार होते.
पावसाळा आला. मुंबईवर पावसानं संततधार धरली आणि त्याच वेळी केजींना सोलापूरहून तार आली. त्यांची मावशी शेवटच्या घटका मोजत होती. घरात कर्तासवरता कुणी नव्हता. केजींना जावंच लागलं. केजी ज्या दिवशी गावाला गेले, त्याच दिवशी मागच्या व्हरांड्याचं छप्पर पावसापायी कोसळलं.
सरोजिनीबाईंची फार त्रेधातिरपीट उडाली. घरात बरंवाईट कळायला लागलेला मुलगा काही कामाचा नव्हता. मुलगी दम्यानं आजारी. धावपळ करणारा उरला केवळ पंकज !
—केजी दोन दिवसांत परतायचे ते आठ दिवस झाले तरी आले नाहीत. त्यांचं एक पत्र आलं, ते पोस्टमननं खिडकीतून तसंच आत टाकलं; आणि नेमक्या गळणाऱ्या जागी ते पडल्यामुळे थेंब थेंब पाणी पडून त्याच्यावरचा मजकूर सगळा भिजून गेला. त्यामुळं पत्र येऊनही मजकूर समजला नाही.
'आपलं पत्र मिळालं, मजकूर समजला.' 'पत्र मिळालं' असं लिहिल्यावर 'मजकूर समजला' असं लिहिण्याची प्रथा का पडली असावी ह्याचा उलगडा सरोजिनीबाईंना त्या परिस्थितीत झाला. आयुष्यातला कोणता क्षण केव्हा ज्ञान देऊन जाईल हे सांगता येणार नाही.
छप्पर तातडीनं दुरुस्त करण्याचा निर्णय सरोजिनीबाईंना घ्यावाच लागला. कारण दोन्ही इमारतींतल्या माणसांनी फेकलेला कचरा आता अगदी घरातच पडायला लागला. पुन्हा शहांकडून काम करवून घ्यायचं ठरलं. पंकजनं तीन हजार रुपये आणून दिले; आणि आयुष्यात—वैवाहिक जीवनात—केजींना न विचारता हे एवढं काम स्वतःच्या हिंमतीवर सरोजिनीबाईंनी एकट्यांनी पार पाडलं.
स्टोव्हचा वायसर आणण्यासाठी जी बाई नवऱ्यावर व मुलावर अवलंबून राहायची, तिनं एवढं काम वायसर बसवण्यापेक्षा लवकर, आणि कमी वेळात करवून घेतलं.
केजींचा वाढलेला मुक्काम संपून ते सतरा-अठरा दिवसांनी घरी परतले; आणि घराच्या पुढच्याच व्हरांड्यात; चार फूट बाय चार फुटाचा कोपरा व्यापून वरती 'पंकज स्टोअर्स'चा बोर्ड पाहून, ते जागच्या जागी खिळून उभे राहिले. त्यांना

आत जायचं सुचेना. ते तसेच उभे राह्यले. ह्या क्षणी आपण रागवावं, मोठ्यांदा किंचाळावं, समोर दिसेल त्याला मारावं, की मोठा गळा काढून रडावं हेच त्यांना कळेना. तोच समोर पंकज येऊन उभा राहिला. त्यानं केजींच्या हातातलं सामान घेतलं. केजींची मती एवढी बधिर झाली होती की, क्षणभर सामान कुणी घेतलं ह्याचाही त्यांना बोध झाला नाही. ते पंकजकडे शून्य नजरेनं पाहात, मंत्रशक्तीनं कुणी तरी भारून टाकावं त्याप्रमाणं, त्याच्यामागोमाग घरात गेले. आत पोहोचताच पंकज ओरडला, 'भाभी, केजीकाका आ गये.'

तो कानात शिरणारा आवाज केजींनी पंधरा-वीस दिवसांनंतर ऐकला. त्यांचा चेहरा आणखी चिडका दिसायला लागला. ते भाव पंकजनं ओळखले आणि तो दिलगिरीच्या स्वरात म्हणाला, 'माफ करना, अब हमने चिल्लाना बंद किया. दुकान हो गया, पोलसकी बीमारी बंद हुई, हप्ता बच गया.'

केजींनी अशा काही नजरेनं पंकजकडे पाहिलं की, पंकज समजायचं ते समजला. त्याच वेळी सरोजिनीबाई बाहेर आल्या. 'इथून निघून जा' अशा अर्थाची त्यांनी पंकजला केलेली खूण केजींनी स्पष्ट बघितली.

—त्यांचा आतल्या आत जळफळाट झाला. एक तर सोलापूरला नको इतका मुक्काम करावा लागला होता. त्यांनी पाठवलेल्या पत्राचं उत्तर नव्हतं. कार्ड पाण्यात भिजल्यानं पत्र मिळून, मजकूर समजला नव्हता, हे केजींना सांगितल्याशिवाय कळणार नव्हतं. ह्या पत्राचं उत्तर न आल्यानं फार फार घोटाळे झाले होते. मावशी, केजींच्या मांडीवर डोकं टेकूनच गेली होती, केवळ क्रियाकर्मांतरच नव्हे तर, जे काय मागे किडुकमिडुक उरलं होतं त्याची कायदेशीर विल्हेवाट लावताना त्यांच्या नाकात दम आला होता. तिथल्या वकिलानं केजींना, 'तुमचे वडील वकील असताना तुम्हांला एवढ्या साध्या गोष्टी कशा माहीत नाहीत ?' असा प्रश्न विचारून डोकं पिकवलं होतं. न सांगता रजा घ्यावी लागल्यानं पे-शीट्स बनवणारी ती क्लार्क पगाराचे वांधे करणार होती. ह्या महिन्यापासून पगारातला एकेक हप्ता पंकजला देऊन त्याच्या उपकारातून ते दर महिन्याला अंशतः मुक्त होत जाणार होते. ते आता शक्य होणार नव्हतं. आज प्रवासात बसायला जागा मिळाली नव्हती, आत्ता घरी स्वागत केलं ते 'पंकज स्टोअर्स' ह्या पाटीनं !

घर फिरलं की वासे फिरतात, पण आधी माणसं फिरतात, मग घर आणि वासे !

केजींचा आवाजच बंद झाला होता. जेवणं होईतो ते एक अक्षर बोलले नाहीत. सरोजिनीबाईंनी, मुलांनी सगळी हकीकत सांगितली. नव्या छपराची

केजींनी पाहणी केली. पण तीही चुपचापपणे. तीन हजार रुपयांची व्यवस्था पंकजनं केली, आणि ती पागडी समजून बाहेर त्याला दुकान घालायची संमती दिली गेली, हे सर्व त्यांना कळलं. सरोजिनीबाई टप्प्याटप्प्यानं एकेक बातमी सांगत होत्या. प्रतिक्रिया जोखत होत्या. केव्हा तरी स्फोट व्हायची वाट पाहात होत्या.

—पण केजी गप्प होते.

केजी पानावर बसले. घरातल्या माणसांच्या संख्येपेक्षा एक पान जास्त आहे हेही त्यांनी पाहिलं. सरोजिनीबाई गडबडीनं म्हणाल्या,

'पंकज जरा आजारी आहे. आज खानावळीत भात नाही, तेव्हा तो इथं जेवणार आहे.'

केजी त्याच्यावर पण काही बोलले नाहीत.

जेवणं चुपचाप झाली.

—आणि नंतर केजी एकाएकी अस्वस्थ झाले. त्यांना धाप लागल्यासारखी झाली. त्यांचा चेहरा निराळा दिसायला लागला. सरोजिनीबाईंना केजींची एकूण परिस्थिती योग्य वाटत नव्हती. त्या बारकाईनं पाहात होत्या.

—आणि इतका वेळ शांत असलेले केजी एकाएकी हातवारे करू लागले. मोठमोठ्यांदा बोलू लागले. गेल्या सतरा-अठरा दिवसांतला मानसिक ताण एकाएकी स्फोट होऊन बाहेर पडू लागला. सर्वांकडे ते लाललाल डोळ्यांनी पाहत होते. घरातली माणसं—पंकजसहित, नुसती जागच्या जागी खिळून उभी राहिली होती. खोलीभर येरझारा घालीत केजी आग पाखडत होते. त्यांचा संताप त्यांनाच जेव्हा आवरेनासा झाला तेव्हा ते ओरडले,

'जातो मी. पाहताय काय असे ? मुखस्तंभांनो, सामान द्या माझं मला. हे घर माझं राहिलं नाही. ह्या फूटपाथवरच्या माणसानं माझ्या घरावर छत धरावं ? मला इथं झोप यायची नाही. ह्या पोराकडे मी गहाण पडायला तयार नाही. तुम्हांला केजी नको आहेत, पंकज हवाय-तेव्हा मी जातो. कायमचा जातो.'

—केजी खरोखरच दरवाज्याकडे धावले. ते इतके बेफाम झाले होते की, शरदने आणि विद्याने त्यांना मिठी मारली, पण ते त्यांना आवरले नाहीत. त्यांनी दरवाजा गाठला, पण त्यांचं पाऊल बाहेर पडू शकलं नाही. ते तिथंच उंबऱ्यावर कोसळले.

त्यानंतर एकच धावपळ झाली. ज्याच्यापायी हा सगळा प्रकार घडला त्या पंकजनंच धावत जाऊन डॉक्टरांना आणलं—

डॉक्टरांनी रक्तदाबाचं निदान केलं आणि केजींना अजिबात हालचाल करू देऊ नका म्हणून सगळ्यांना ताकीद दिली.

व्यवस्थित हिंडाफिरायला लागायला पंधरा ते वीस दिवस लागले. केजींना घर सोडायची परवानगी नव्हती. त्या पंधरा-वीस दिवसांत पंकजनं रात्रीचा दिवस केला. केजींचं ते आजारपण केवळ पंकजच्या जिवावर सरोजिनीबाई रेटू शकल्या. धावपळ करताना ती केजींच्या अपरोक्ष करावी लागत होती. आजारपणाच्या ताणापेक्षा हा लपवालपवीचा ताणच जास्त असह्य ठरला होता. आणि एके दिवशी सकाळी सहा-साडेसहाच्या सुमारास, केजी उठायच्या आधी पंकजला गुपचूप चहा द्यायचा म्हणून सरोजिनीबाई, नेहमीप्रमाणं बाहेर येतात तो दाराशी हातगाडीवाला उभा. त्या हातगाडीवर सामानाचा, खोक्यांचा, गाठोड्यांचा ढीग होता आणि सर्वांत वर, आकाशाकडे तोंड करून पंकज स्टोअर्सची पाटी ठेवलेली होती. समोर पंकज उभा होता. त्याचा चेहरा पार उतरला होता. चहाचा कप घेऊन समोर आलेल्या सरोजिनीबाईंना पाहून पंकज त्यांच्या पायावर कोसळून हुंदके देत रडायला लागला. हातातला कप कट्ट्यावर ठेवीत सरोजिनीबाई पटकन खाली बसल्या आणि त्याची समजून घालू लागल्या. किती तरी वेळ तो रडत होता. त्या आवाजानं केजींना जाग आली. ते बाहेर येऊन पाहातात तो शरद, विद्या आणि सरोजिनीबाई ओट्यावर बसलेले आणि पंकज रडतोय.

केजींकडे लक्ष जाताच त्यांनी पंकजला नीट बसता केला. केजींना पंकजनं पाह्यलं आणि तो एकदम उभा राह्यला. डोळे कोरडे करीत, मन सावरीत तो म्हणाला,

‘खुदा हाफिज केजीकाका. हम चले. अब हमारी परेशानी नहीं होगी.’

‘तू कुठं जाणार, पंकज ?’

‘भाभी, हमारी चिंता मत करो. चार दीवारके बाहर रहनेवालोंको अख्खी दुनिया खाली है. अंदरके रहनेवालोंको जगह कमती पडती है.’

‘पंकज, तुम घुस्सा करके जा रहे हो.’ शरद म्हणाला.

‘नही भैय्या. घुस्सेसे बचनेके लिये जाता हूँ. आपको मालूम नहीं, हमारे दो घर थे. तीन गाडियाँ थी. लेकिन पार्टिशन के बाद सब छोडके आना पडा. पिताजी गये, माँ गयी, बहने गयी, मैं अकेला बच गया. घर छोडनेका सगमा जानता हूँ. मेरे खातिर आपका घर दुखी होना नही चाहता इसलिये जाता हूँ. केजीकाका परेशान होते है. जिंदगीमें हम घर बनायेंगे या नहीं बनायेंगे ये तो सिर्फ भगवान जानता है, लेकिन मेरे लिये मैं किसी का घर तोडना नहीं चाहता. बिझिनेस हम किधर भी कर सकते हैं. लेकिन यहाँ बिझनेस के साथ सहारा भी मिलेगा, प्यार मिलेगा ऐसा सोचा था. लेकिन खुदा को मंजूर नहीं...’

—एवढं सांगून पंकज वळला आणि केजींचा स्वाभिमान पुन: वर आला. हा प्राणी इथून जाऊन आपल्याला सुखी करणार आहे, पण जातानाही श्रेय उपटून जाणार आहे. स्वत: मोठा ठरून, आपल्याला छोटा करून जाणार आहे. त्यात तो आपलं घर दुरुस्त करून चाललाय.

'पंकज, थांब आणखी पंधरा दिवस थांब. तुझे तीन हजार मी परत करणार आहे. ते घे आणि मग जा.'

—पंकज थबकला. त्याचा दु:खी आणि उदास चेहरा क्षणैक कठोर झाला; पण आवाज न चढवता तो म्हणाला,

'इस घरमें हमने दूधभात खाया है; इधर हम कौनसा भी हिसाब रखना नहीं चाहते. काकाजी, नौकरीवाले लोग कितना आया, कितना गया इतनाही सोचता है. बिझिनेसवाला कमानेके लिये ही बिझिनेस करता है, लेकिन पहले गमानेकी ताकत महेसूस करने के बाद ! —काकाजी घर गया, मोटारगाडीयाँ गयी, माँ गयी, बाप गया, तीन हजार की बात छोड दो. बिझिनेस में कैसेही कमाऊँगा. खुदा हाफिज.'

—पंकज हातगाडीवाल्याबरोबर चालू लागला. रस्त्यावर रहदारी सुरू झाली. मोटारचे आवाज सुरू झाले. बसेसच्या टायर्सचा आवाज कानांत भरू लागला. समोरचा सिलोन रेडिओ 'अॅस्प्रो ले लो' म्हणून केकाटू लागला. पंकज गेला; पण तो राहिला असता तरी शांती नव्हती, आणि गेला तरी शांती नव्हती; नुसतीच तगमग आता ! —न संपणारी तगमग ! कायम. थांबवता न येणाऱ्या कोलाहलात आणखी एकाची भर.

❒

माझं एक मन त्या बाणेदारपणाचं कौतुक करायला लागलं, तर दुसरं मन माझ्या बाणेदारपणाला आव्हान देऊ लागलं, की हाच बाणेदारपणा तुला जिंकायचा आहे. सरोजचं ते हत्यार होतं. मला ते बोथट करायचं होतं. त्याला जालीम उपाय एकच होता-पैसा !

खेळणी

मोडकळीस आलेल्या एखाद्या इमारतीचा वरचा मजला ! कधी तरी तो पडतो. पण पडता पडता त्याला असं वाटत असतं की, तळमजल्यानं पण आपल्याबरोबर पडावं ! जमीनदोस्त व्हावं ! पण तळमजला बळकट असतो. तो पडायलाच काय पण वाकायलाही तयार नसतो. शेवटी वरचा मजला कोसळून तळमजल्याच्या पायाशी लीन होऊन पडतो !...

घसरणाऱ्या माणसाची इच्छा त्या पडणाऱ्या मजल्यासारखी असते. आपण चळलो म्हणजे समाजातल्या इतर घटकांनी आपल्याबरोबर चळावं अशी त्याची इच्छा असते. समाज चळत नाही. आपल्याला जी व्यक्ती चळावी असं वाटतं, ती तळमजल्याप्रमाणे शांत असते !

सरोज पण तशीच तळमजल्याप्रमाणं होती !

माझी 'डीसोटो' नेहमीप्रमाणे बेफाम चालली होती. रंजनेच्या सहवासातल्या गोड आठवणींनी मी एक प्रकारच्या धुंदीत होतो. अगोदरच मी गाडी वेगात

चालवतो; त्यात रंजनेच्या सहवासानं माझ्या विचारांना आणि मोटारीला पण विलक्षण वेग आला होता. सबंध रस्ता जणू काय निर्मनुष्य आहे अशा जाणिवेत मी बेफाम चाललो होतो. तेवढ्यात लांबवरून एक ठिपका रस्त्याच्या कडेकडून मध्याकडे येताना मला दिसला. बघता बघता त्या ठिपक्याचा आकार वाढला. शेवटी तो ठिपका म्हणजे एक व्यक्ती आहे याची संवेदना कुठल्या तरी सूक्ष्म भावनेला झाली. मी आकाशात भराऱ्या मारीत होतो, पण मनाचा एक भाग भूतलावरच होता. पाय ताठ झाले. मोटारीची गती ब्रेकचा आवाज करीत मंदावली. ती व्यक्ती एवढं झालं तरी शांत होती.

'मरायचं आहे का ?' मोटारवाले कधीच चुकत नसतात ह्या गोड समजुतीनं मी ओरडलो.

तरी ती बया-हो-ती एक स्त्री होती-ढिम्म होती. गोंधळली नव्हती. मरता मरता वाचलो ह्याचं समाधान पण दाखवायला ती तयार नव्हती. मी आणखीन चिडलो. आवाज चढवून पुन्हा गरजलो,

'मरायचंय का ?'

शांतपणे ती म्हणाली,

'मरू या की, काय हरकत आहे ?'

बेडरपणानं मी विचारलं, 'घरात बसून मरावं, जगायचा कंटाळा आला असला तर !'

'जगायचा कंटाळा नाही; फक्त मरणाची भीती वाटत नाही, इतकंच !'

हे काम सामान्य नव्हतं तर !—ह्या बाईला आपण पाहिली आहे. स्मृतीच्या सर्व तारा छेडल्या. एका सूक्ष्म तारेतून ओळखीचा नाद निघाला—

सरोज !

होय. ही सरोजच !—मी तीच तार पुन्हा छेडली. सूर बरोबर लागण्याची लहर उठली. मी सरळ सरळ हाक मारली.

'सरोज !'

गाडीजवळ येत ती म्हणाली, 'पाहू या म्हटलं ओळख पटायला किती वेळ लागतो ते !'

'बस आत. तुला 'लिफ्ट' देतो. चल.' दरवाजा उघडत मी म्हणालो.

...आणि अगदी भावाच्या गाडीत बसावं तितक्या मनमोकळेपणी ती मोटारीत येऊन बसली. शेठाणीच्या सराईतपणं तिनं न चुकता, गडबडता मोटारीचं दार लावून घेतलं. जणू तिच्या दाराशी गाडी आहे आणि तिला ह्या हालचालीचा सराव आहे. तिच्या हालचालीत संकोच, चोरटेपणा नव्हता ! कॉलेजात असताना आपणाला ह्या माणसानं मागणी घातली होती व त्याचा अपमान

करून आपण त्याला नकार दिला होता ह्याची खंत पण तिला वाटत नव्हती. समोरच्या आरशातून तिच्याकडे पहात मी विचारलं,

'कुठं जायचं ?'

'असाच पुढं चल. मग सांगते कुठं थांबायचं ते !

मी गाडी जोरात चालू केली. माझं 'इंप्' तिच्यावर कितपत पडलं आहे हे अजमावण्यासाठी मी आरशातून पुन्हा तिच्याकडे पाहिलं. ती स्वत:तच गर्क होती. त्यामुळं मला तिचं नि:संकोचपणे निरीक्षण करता आलं. तिचं पातळ अगदीच सामान्य होतं. इतकंच नव्हे तर, ठिकठिकाणी विरलं होतं; फाटलं होतं. पण तिच्या नीटनेटक्या नेसण्यामुळं पातळाचे फाटलेले भाग उघडं शरीर दाखवत नव्हते. आपलं शरीर कुणाला दिसत तर नाही ना, याबद्दल ती जागरूक होती. चेहरा खस्ता खाल्ल्यानं आणि काळजीनं जरी करपलेला होता तरी त्यामागील सौंदर्य अजून लोपलं नव्हतं. उलट त्या सौंदर्याला करारीपणाचं आणि झुंज देण्याचं तेज चढलं होतं. स्वत:च्या गरिबीबद्दल तिच्या चेहऱ्यावर कसलीही खंत नव्हती. एक तऱ्हेचा बेजबाबदारपणाच चेहऱ्यावर दिसत होता. मोटारीत ती ऐसपैस बसली होती. गरीब लोक श्रीमंतांबरोबर वागतात तेव्हा त्यांच्या वागण्यात, बसण्याउठण्यात, बोलण्यात, प्रत्येक हालचालीत एक तऱ्हेचा चोरटेपणा, स्वत:कडे गौणत्व घेऊन वागण्याची वृत्ती असते. त्या वृत्तीचा सरोजमध्ये लवलेशही नव्हता. जणू काय मोटार बाळगणं हा माझा धर्म आहे—गरीब असणं हा तिचा धर्म होता ! मोटारीत बसल्याचं जरी तिला सौख्य वाटत होतं, तरी त्या सौख्याबद्दल तिच्या मनात लालसा उत्पन्न झाली नव्हती !

—आणि नेमकं हेच मला खुपू लागलं. आपलं महत्भाग्य म्हणून कुमार आपल्याला भेटला, मागचा अपमान विसरून त्यानं आपल्याला हाक मारली त्याच्यामुळं आपल्याला मोटारीत बसायला मिळालं,— असा भाव तिच्या चेहऱ्यावर पाहायला मिळावा अशी माझी इच्छा होती. तो भाव मला दिसेना. मग मला फारच राग आला. स्वाभिमानी माणसाला दुसरा माणूस स्वाभिमानी असल्याचं खपत नाही ! स्वत:च्याच गरिबीचा स्वाभिमान बाळगणाऱ्या सरोजचा मला राग आला. पण एकाएकी रंजनासुद्धा किती ताठरपणाने माझ्याशी सुरुवातीला वागत होती, त्याची मला आठवण झाली. शेवटी माझाच तिच्यावर पडलेला प्रभाव आठवताच सरोजचा ताठा खुपेनासा झाला व केव्हा तरी—

'कुमार, तुम्हाला मागं मी नकार दिला ह्याचा मला पश्चात्ताप होतो आहे. तेव्हा मी गाढवपणा केला. मी फारच दु:खात आहे...' अशा तऱ्हेचे उद्गार सरोज

मला ऐकवेल ह्याबद्दल मला संदेह राहिला नाही.

—ह्याच नादात मी मोटारचा वेग पण वाढवला.

'ए, अशी पिसाटासारखी गाडी चालवू नकोस, मला जगायचं आहे अजून.'

'आँ, काय म्हणालीस ? मघाशी मरायला तयार झालेली तूच का ती ?'

'तुझ्या मोटारखाली सापडून मेले तर काही हरकत नाही. पण तुझ्या मोटारीत बसून मरण आलं तर ते नकोय मला !' —सरोज बिनदिक्कत एकवचनी संबोधून म्हणाली. तिच्या बोलण्यातली खोच पण माझ्या लक्षात आली. मला ते पुन्हा खुपलं. मी मनात म्हणालो,

'किती दिवस गडबड करशील अशी ?'

'हं, त्या दुकानापाशी थांब. मी सामान घेईपर्यंत उभा रहा. मला घरी पोचव. मी आता उन्हात चालत जाणार नाही; माझ्याकडचा चहा घे आणि मग कुठंही जा.'

—मला आता एकीकडे तिची मजा वाटू लागली. नागाच्या चळवळीकडे पटाईत गारुडी, 'कर, कर, हवी तेवढी गडबड कर; शेवटी तू माझ्याच टोपलीत पडणार आहेस अंग दुमडून !' —अशा अभिनिवेशाने पाहत असतो. त्याप्रमाणे मी सरोजच्या साऱ्या हालचाली पाहत राहिलो.

सरोज दुकानात गेली. मी मोटरीतून हाललो नाही. सरोजला मोटारीतून आलेली पाहताच दुकानदारानं खवचटपणानं विचारलं.

'काय बाई, मागची बाकी केव्हा देणार ?'

'देऊन टाकू. काय मोठंसं ? तुमची बाकी बुडवून मी मोटारी उडवत नाही.'

'तसं नाही बाई...'

'ते कसं, ते समजलं.'

दुकानदाराला तिच्या शब्दांची 'किंमत' माहीत असावी. कारण नंतर तो गप्प बसला. सरोजच्या दृष्टीनं खात्यावर माल नेण्यात कमीपणा नव्हता. परिस्थिती सगळ्यांनाच असते.

कळत नकळत माझं एक मन त्या बाणेदारपणाचं कौतुक करायला लागलं; तर दुसरं मन माझ्या बाणेदारपणाला आव्हान देऊ लागलं की, हाच बाणेदारपणा तुला जिंकायचा आहे. सरोजचं ते हत्यार होतं. मला ते बोथट करायचं होतं. त्याला जालीम उपाय एकच होता—

पैसा !—

न कळत मी उठलो. दुकानात शिरलो.

'शेठजी, बाकी बोला तुमची.'

शेठजींनी आकडा सांगितला. मी काउंटरवर नोटा फेकल्या. सरोजनं मला

विरोध केला नाही किंवा वर्मावर बोट ठेवल्याप्रमाणे ती शरमिंधी झाली नाही. 'मी याचना करणार नाही पण मदत नाकारणार नाही.' असं ती दाखवत होती. तिच्यावर उपकार केले असं तिला वाटत नसावं. जसं काही तिचं बिल फेडणं हे माझं कर्तव्य होतं आणि ते पाळण्यात मी कसूर केली नव्हती. तिनं मोटारीत पिशव्या टाकल्या आणि मला म्हणाली,

'चल लवकर, मला उशीर होतोय.'

मी तिच्या दाराशी गाडी उभी केली. आजूबाजूचे लोक सरोजला मोटारीतून आलेली पाहताच इकडची दुनिया तिकडे झाल्याप्रमाणे पाहत होते. तिकडे स्थितप्रज्ञाप्रमाणे दुर्लक्ष करीत सरोजनं शांतपणे बाहेरून लावलेली कडी काढली. दार उघडलं. दाराच्या धक्क्यानं त्याची अख्खी चौकट हादरली. फटीतल्या पांढऱ्या चुन्यानं जमिनीला एकवार अभिषेक घातला. कोपऱ्यातली केरसुणी उचलून तिनं ती सहजपणे बाजूला ढकलली. आत जाऊन तिने तिच्या हातातली पिशवी खिळ्याला लावली. त्याला ते वजन सहन न होऊन भिंतीचा भला मोठा पोपडा घेऊन तो खिळा पिशवीसकट खाली पडला. तेही परिचयाचं असल्याप्रमाणं तिनं पिशवी उचलली आणि शेजारच्या फडताळात कोंबली ! त्या फडताळाच्या दोन्ही दारांची एकेक बिजागिरी गेली होती. ती दारं केवळ एकमेकांच्या आधारानंच उभी होती ! —गर्दीत लोकलमध्ये दोन माणसं एकमेकांना धरून उभी राहात—तद्वत !—मी अजून उभाच होतो. पलंगावर तिचा मुलगा झोपला होता; म्हणून तिथे बसायला जागा नव्हती. आणि त्याहीपेक्षा त्याच्यावरची चादर एवढी मळली होती की, पलंगावर जागा असती तरी त्यावर मला बसवलं नसतं !

'ये रे—बस, ह्या खुर्चीवर बस. पण जपूनच हं. तिचा मागचा पाय जायबंदी झाला आहे. आलेच मी चहा टाकून !'

सरोज आत गेली. मी खोलीचं निरीक्षण करू लागलो. भिंतीला रंग नावाची चीज माहीत नव्हती. अंथरलेली सतरंजी ठिकठिकाणी फाटली होती. आतून भूमातेचं दर्शन घडत होतं. जमीन सारवलेली नव्हती. सुसरीच्या पाठीप्रमाणे ती खडबडीत लागत होती. खुंटीला बरीच पातळं टांगली होती; पण त्यातलं एकही धड नव्हतं. साबणाची व त्यांची बऱ्याच दिवसात मुलाखत झालेली नसावी, त्यामुळं त्यांचा मूळचा रंग ही एक संशोधनाची बाब ठरली असती ! खोलीच्या एका कोपऱ्यात कार्डबोर्डचे बरेचसे तुकडे, रंगीत कागद, डिंकाची फुटकी बाटली. लहान मुलानं दूध प्याल्यावर जसे ओघळ यावेत तद्वत् त्या बाटलीवर डिंकाचे ओघळ आले होते—गंजलेली कात्री, मळलेला टॉवेलचा तुकडा वगैरे साहित्य पडलं होतं. त्याच्याकडे कुतूहलानं पाहत मी विचारलं,

‘तुझ्या यजमानांचा व्यवसाय ?’
‘ते लहान मुलांसाठी खेळणी तयार करतात.’
‘कसली ?’
‘ते कार्डबोर्डची खेळणी तयार करतात. त्याच्यावरून कल्पना घेऊन एका कारखान्यात प्लॅस्टिकची, पत्र्याची, कार्डबोर्डांची खेळणी बनवतात.’
हे सांगता सांगता तिनं खाली वाकून पलंगाखालचा ट्रे ओढला. खरोखरच तिच्या नवऱ्याचं कौशल्य वाखाणण्यासारखं होतं. नुसत्या कार्डबोर्डची केलेली ती खेळणी अप्रतिम आणि वास्तवपूर्ण होती.
‘ह्याच्यावरून केलेली प्लॅस्टिकची खेळणी दाखव की जरा. ती बघण्यात जास्त मौज.’
‘हां, तेवढंच मात्र मागू नकोस. तसलं एक पण खेळणं नमुना म्हणून दाखवायला नाही. बाहेर दुकानातून ठेवलेल्या खेळण्यांची किंमत मात्र सात सात-आठ आठ रुपयेसुद्धा आहे.’
‘मग तो मॅनेजर प्रत्येक खेळण्याचा एकेक नमुना पण देत नाही !’
‘पगार देतो ना महिन्याला !’
‘छे, छे. हे काहीतरीच. एवढी ही कला अगदी मातीमोलानं विकली जातेय—’ मी मुद्दाम सहानुभूतीनं म्हणालो. जास्त आपलेपणा दाखवण्याचा तो माझा प्रयत्न होता.
‘नशिबात असतात तेवढेच पैसे मिळतात.’ सरोजच्या ह्या उत्तरात असहाय्यता नव्हती. सारं जग तिला सरळ सरळ वाटत होतं.
ती मग चहा घेऊन आली. बशीच्या काठाचे बारीक बारीक टवके उडाले होते. कपाचा कान धरून धरून तुटला असावा. माझ्यासारख्या बड्या माणसाला फुटक्या कपबशीतून चहा प्यावा लागत आहे ह्याची तिला जाणीव नव्हती.
‘नीट सावकाश पी रे. नाही तर हात भाजेल. कपाला कान नाही—’ ती मनमोकळेपणानं म्हणाली. आणि इतक्या निष्पाप मनाच्या स्त्रीवर विजय मिळवणं कठीण आहे असं एक मन मला बजावू लागलं, पण लगेच दुसरं मन म्हणालं,
‘भिऊ नकोस. पैसा कोणती जादू करून दाखवत नाही ?’
—दुसऱ्या दिवशी सरोजकडे जाताना माझ्या हातात कपबशीचा सेट होता.
‘ह्या कपबशा.’ सरोजच्या हातात पुडकं देत मी म्हणालो.
‘हां, तुला नाहीच जमायचं आमच्या कपातून चहा घ्यायला !’ प्रसन्नपणानं हसत सरोज म्हणाली.
थोड्याच वेळात ती चहा घेऊन आली. तिच्या एका हातात सेटमधली नवी

कपबशी होती आणि दुसऱ्या हातात तिचाच जुना 'बहिरा कप' होता.
'तो सेट काही मी पूजा करायला आणलेला नाही ! बाकीच्या कपबशा कुठं आहेत ?'
'ठेवल्या आहेत कपाटात. बाकीच्या सगळ्या बाहेर काढून काय करायच्या आहेत ? आम्हांला आपला हाच कप बरा आहे. गळायला लागेपर्यंत आम्ही ह्यातूनच चहा पिणार.'
कपबशांचा सेट पाहून सरोज आनंदेल व म्हणेल, 'बरं झालं बाबा कपबशा आणल्यास. किती दिवस झाले, घेईन, घेईन म्हणतेय पण जमतच नाही घ्यायला—'अशी माझी अपेक्षा होती. तिच्या नजरेत कृतज्ञता व ह्याच्याशी लग्न करून सुखी झालो असतो असा भाव दिसेल ह्या माझ्या कल्पनेला सुरुंग लागला. उरलेला चहा मग गोड लागेना. तरी पण माझं मन निराश व्हायला तयार नव्हतं. मी मी म्हणणाऱ्यांचा पाड लागत नाही तिथं सरोजची काय कथा !
—गोष्ट जरा धीराधीरानं घेतली पाहिजे. सगळी गाडी काही एकदम बोगद्यातून बाहेर पडत नाही.
माझा चहा संपेपर्यंत सरोजचा मुलगा बाहेर खेळून आला.
'आई, नाना नवीन मोटर केव्हा आणणार ? आम्ही नाही आता पुठ्ठ्याच्या मोटरशी खेळणार.'
'आणतील हं ! मी सांगेन त्यांना आज. पाहुण्यांच्या समोर असा हट्ट करायचा नसतो, विसरलास ?'
—समजूतदारपणे अशोक पुन्हा बाहेर खेळायला गेला. त्याचा समजूतदारपणा पाहून मला आणखीन एक धक्का बसला. सरोजचा चेहरा सात्विक आनंदानं फुलून निघाला. त्या आनंदात आणखीन एक भाव होता !
मुलं अशीच हवीत; तशी नसतील तरच आश्चर्य आहे, असतील तर नाही ! ज्याप्रमाणं दुकानदाराचं बिल मी दिलं ह्यात वावगं नव्हतं, त्याप्रमाणं मुलगा समजूतदार आहे ह्यात नवल नव्हतं ! —हाच भाव मला अस्वस्थ करीत होता. तिच्या मुलाचं मग बरंच कौतुक करून मी तिचा निरोप घेतला. मुलांचं खूप कौतुक केलं म्हणजे बायका खूष होतात अशी 'सायकॉलॉजी' आहे !
दोन दिवसांनी मी सरोजकडे गेलो तेव्हा माझ्या हातात सर्व तऱ्हेची खेळणी होती. अशोक कारंज्याप्रमाणं 'थुईथुई' नाचायला लागला. सरोजनं प्रत्येक खेळणं हातांत घेऊन पाहिलं. त्यातली बरीचशी खेळणी तिच्या नवऱ्यानं बनवलेल्या खेळण्यांवरूनच बनवलेली होती. पण पुन्हा खेळणी मी आणून दिली ह्या आनंदापेक्षा तिला नवऱ्याचंच कौतुक जास्त होतं ! मग मी पवित्रा

बदलण्याचं ठरवलं. तिच्या नवऱ्याचा स्वभाव कसा आहे, ह्याबद्दल वारंवार चौकशी करुन तो तिची काही आबाळ करतो का, तिच्याशी वारंवार भांडतो का, किंवा गरिबीत ती नीट संसार चालवते ह्याचं कौतुक करतो की नाही, हे अजमावण्याचं मी ठरवलं. बायकांच्या गुणाचं कौतुक नवऱ्याकडून झालं नाही की, त्या असंतुष्ट असतात आणि बाहेरच्या पुरुषांनी त्या बाबतीत त्यांचं कौतुक केलं की, त्यांना स्वर्ग दोन बोटं उरतो असा माझा अनुभव होता. तशा तऱ्हेची माहिती गोळा करताना, विचारताना माझ्या मनोव्यापारांची तिला शंका येणार नाही ह्याची काळजी घ्यायला मी विसरलो नाही.

'अगदी हाच प्रश्न तू मला आधी विचारायला हवा होतास,' अशी चर्या करीत सरोज म्हणाली,

'अगदी सुखात आहे मी. अगदी असाच नवरा मला मिळायला हवा होता.'

—आणि नंतर ती किती तरी वेळ नवऱ्याचं गुणगान करीत बसली. पण पहिल्याच वाक्यानं माझ्या कानात दडा बसला होता. नंतरची वाक्यं मला जेमतेम ऐकू आली. त्याच वेळेला माझं मन मला ओरडून सांगू लागलं की, ज्या बाईची नवऱ्यावर एवढी भक्ती आहे तिच्या वाटेस न जाण्यात शहाणपणा आहे ! तोच दुसरं मन अंग झाडीत उठलं व म्हणालं, 'सरोज नाही बधत तर नाही बधत; पण तुझी तिच्या नवऱ्याबरोबर मैत्री व्हायला काय हरकत आहे ?'

आणि ह्या दुसऱ्या मनाच्या चेतावणीतच मला आशेचा किरण दिसला.

'एकदा भेटलंच पाहिजे तुझ्या मिस्टरांना !'

'जरूर भेट. तुमच्या दोघांची मैत्री लवकर जमेल !' सरोज उत्तरली. तिच्या त्या उत्तराला निराळीच 'धार' आली होती.

आणि मी पुन्हा पवित्रा बदलला ! सहजगत्या, सरोजच्या डोळ्यांवर येणार नाही अशा बेतानं !

माधव एक सरळ माणूस होता. त्याला डावपेच माहीत नव्हते. त्याच्या व्यक्तिमत्त्वाला फांद्या नव्हत्या, तणावे नव्हते. नारळाच्या झाडासारखा तो सरळ सरळ वाढणारा होता. त्याला जिंकण्यासाठी मला फारसे श्रम करावे लागले नाहीत.

रोज मधल्या सुट्टीच्या सुमारास त्याच्या कारखान्यात जाण्याचा माझा परिपाठ चालू झाला. एके दिवशी हॉटेलात आमचा उपहार चालला असताना माधवला जरा छेडायचं म्हणून मी म्हणालो,

'बाकी तुम्ही काही म्हणा माधवराव, तुमच्याइतकी बुद्धी, कला, हस्तकौशल्य, कल्पकता सरोजमध्ये नाही. त्या दृष्टीनं ती तुम्हाला अनुरूप नाही. स्वभावाचं

पण काही ठीक दिसत नाही.'

माधव बराच वेळ गप्प बसला. बाण फुकट गेला असं वाटू लागलं. बऱ्याच वेळानं तो म्हणाला,

'कुमार, तुमच्या ह्या शंकेचं निरसन करावं असं मला वाटतच नाही. मागं तुम्ही सरोजला मागणी घातली होतीच आणि तिनं धुडकावून लावली होती हे मला माहीत आहे. तुमच्या पायाशी वैभव लोळण घेत आहे. तुम्ही स्वतःला खूप भाग्यवान समजत असाल, पण मी छातीवर हात मारून सांगतो की, तुमच्यापेक्षा मी जास्त नशीबवान आहे ! ह्याला पुरावा एकच. तुम्हाला प्रसन्न न झालेली लक्ष्मी-सरोज-माझ्यावर वरदहस्त ठेवून आहे !'

मी लगेच मोहरा बदलला.

'माधवराव, असं रागावू नका. तुम्हाला दुखवावं असा माझा हेतू नव्हता.' मी सहज बोलून गेलो !

तो भाबडा जीव लगेच हसतमुख झाला. त्यानंतर दोनच दिवसांनी माधवराव म्हणाले, 'कुमार, तुम्हाला नाइलाजास्तव एक गोष्ट सांगत आहे. तुमचा आमच्यावर लोभ आहे. आमचं पण तुमच्यावर प्रेम आहे. पण तुम्ही कारखान्यात मोटार घेऊन येत जाऊ नका. आमच्या मॅनेजरला शंका येत आहे की, तुम्ही पण एखादे कारखानदार आहात. आणि नवीन खेळणं बनवण्याआधी मी तुम्हाला त्याचं पेटंट विकतो आहे.'

लगेच मनात एक कल्पना येऊन मी म्हणालो, 'माधवराव, तुमच्या मॅनेजरचा एवढा रुबाब नको. तुमची मॉडेल्स मी खरोखरच विकत घ्यायला तयार आहे. तुमची नवीन डिझाइन्स मी पाहिली आहेत; ती व ह्यापुढं तुम्ही जेवढी कराल तेवढी मी एक रकमेनं घ्यायला तयार आहे. आगाऊ रक्कम म्हणून हे आत्ता पाच हजार रुपये घ्या. आपण करारच करून टाकू या !'

बोलता बोलता मी कागद व पेन काढून माधवरावांच्या हातात दिलं. दोनच क्षण त्यांच्या मनाची चलबिचल झाली आणि मग तो शांतपणे करार लिहू लागला पण खाली सही करायच्या अगोदरच त्यानं पेन बंद केलं.

'हे काय ? सही ?'

'सरोजला विचारून मग सही करीन.'

'माधवराव, व्यवहारातलं बायकांना कळत नाही. तुम्ही सही करा !'

'कुमार, मी एकदाच बोलतो आणि बोललेले शब्द फिरवत नाही. एवढ्या गरिबीत माझ्यावर आत्यंतिक भक्ती ठेवून सरोज संसार चालवीत आहे. संसार-रथाची दोन्ही चाकं तीच झाली आहे. एकमेकांच्या अपरोक्ष आम्ही आजपावेतो एकही व्यवहार केला नाही. तिची भक्ती मला डावलता येणार

नाही. तुम्ही तिला विचारा. सही पण तिचीच घ्या. तिचा शब्द तोच माझा शब्द !'
पाच हजारांच्या नोटा खिशात घालून मी सरोजकडे निघालो; पण यशाबद्दल माझं मन साशंक झालं होतं. पण पाच हजारांच्या नोटा मला विचारीत होत्या,
'आमचं सामर्थ्य तुला माहीत नाही का ?'
नेहमीप्रमाणं माझं स्वागत झालं. चहापान आटोपलं. अशोक अजून कार्डबोर्डच्या मोटरशी खेळत होता. त्याचं मला नवल वाटलं.
'सरोज, अशोक अजून ह्या पुठ्ठ्याच्या खेळण्यांनी का खेळतो ?'
अशोकला बाहेर पिटाळीत ती म्हणाली,
'मुलांसमोर वादविवाद टाळावेत. त्यांची मनं हळवी असतात.'
'मी कुठं वाद करायला आलोय ?'
'तू वाद करायला आला नाहीस, पण युक्तिवाद करायला आला आहेस हे मला माहीत आहे.'
मी गप्प बसलो जरा वेळानं मीच सुरुवात केली.
'सरोज, काल माझं व माधवरावांचं एका विषयावर बोलणं झालं.'
'मला माहीत आहे ते.'
'मग तुझा...'
'नकार आहे.'
'सरोज !—' मी ओरडलोच जवळ जवळ. तितक्याच शांतपणे ती म्हणाली,
'तू काय करणार आहेस ती विकत घेऊन ?'
'कारखाना काढणार आहे.'
'तू त्यातला नाहीस. बघतोस काय असा ? तू त्यातला नाहीस !'
सरोजला काय म्हणायचं होतं ते मी समजलो होतो. ते न दर्शवणं योग्य होतं. ती पुन्हा बोलू लागली,
'आपण कसे आहोत हे जर तुला समजलं नसलं तर, ते मी सांगते. ही खेळणी विकत घेण्यामागं तुझा एकच डाव आहे. आम्हांला मिंधं करायचा ! हाच तो हेतू. ह्याच हेतूनं तू मैत्री वाढवलीस.
'तुम्हा श्रीमंतांना वाटतं, आपणच फक्त माणसं ओळखू शकतो. आयुष्यातला पैशाचा, अत्यंत महत्त्वाचा भाग परमेश्वरानं सोडवलेला असतो. म्हणूनच तुम्हाला इतर धंदे करायला सुचतात. सगळ्या वस्तू तुम्ही पैशाने मोजता. माणसांची तुम्हांला कदर नसते. आणि तरी तुम्हांला वाटतं की, आपणच माणसं ओळखतो ह्याउलट आम्ही गरीब ! आम्हाला माणसांची जास्त गरज. जितकी गरज जास्त तितकी पारख जास्त. म्हणूनच सांगते, तू त्यातला नाहीस.'
'आम्हांला वारंवार मदत करून तुला आम्हांला लुळं करायचं आहे. कुमार

तुम्हांला नकार देऊन मी फसले, आता मी दुःखात आहे—अशा तऱ्हेचे शब्द तुला माझ्याकडून हवे आहेत, पण तसे शब्द येणार नाहीत. जे माझ्याजवळ नाही ते मी तुला देऊ कोठून ? म्हणूनच तू मैत्री वाढवलीस. मी बधत नाही असं दिसल्यावर तू त्यांच्याकडे मोर्चा वळवलास. मला तुझे पवित्रे कळत होते. तरी मी निर्धास्त होते. मला माझ्या आत्मबळाची कल्पना आहे. म्हणूनच त्या दिवशी मी बिनदिक्कतपणे मोटारीत बसले. कापडाचा व्यापारी सुताची जात नजरेनं सांगतो. तुझ्या मोटरच्या स्पर्शानं मला तुझी जात समजली !'

माझा अहंकार जागृत झाला. मी म्हणालो,

'मग मी आजपर्यंत दिलेल्या वस्तू तू घेतल्यास कशा ?'

...सरोज ताडकन उठली. शेजारचं फडताळ तिने जोरात उघडलं. दाराचा तो जोराचा धक्का सहन न होऊन ते बिजागिरीपासून अलग होऊन खाली कोसळलं आणि त्याच वेळेला मला कळून चुकलं की ह्या घरातलं आपलं स्थान पण असंच निखळलं आहे ! त्या फडताळात मी आजपर्यंत दिलेल्या सगळ्या गोष्टी वरच्या वेष्टनासकट पडल्या होत्या. त्यात खेळणीसुद्धा होती.

'तुम्हा श्रीमंतांना गरीब माणसं खेळणी वाटतात. ह्या बघ तुझ्या वस्तू. ह्यांच्यावर एखादा जरी ओरखडा उठला असेल तरी याची किंमत देईन मी.'

माझी मलाच शरम वाटली. मी म्हणालो,

'एवढा काही मी हलकट नाही. ती खेळणी मी अशोकला दिली आहेत.'

'तुला अशोक म्हणजे कोण वाटला रे ? त्याच्या देखत तू ही खेळणी पिशवीत टाक. त्यानं जरी 'हू' केलं तरी माझा मुलगा म्हणणार नाही त्याला ! अशोक पुठ्ठ्याच्याच खेळण्यांशी का खेळतो अजून, ह्याचं उत्तर मिळालं आहे तुला असं वाटतं मला !

'आपण विसरून जाऊ ! माणसं जोडायची आहेत मला. मात्र पैशांचा डाग लागून नाही तर मायेचा ! फक्त मी तुला बरोबर ओळखलं हे कबूल कर !'

मी न बोलता उठलो.

मागे एका कारखानदाराने जाहीर केलं होतं, 'आमची खेळणी फुटत नाही.' गिऱ्हाइकं म्हणाली होती, 'खरं आहे, तुमची खेळणी फुटत नाहीत पण तुमची खेळणी ज्या वस्तूवर पडतात त्या वस्तू फुटतात.'

सरोज न फुटणारं खेळणं निघालं. माझ्या अंगावर पडून मीच फुटायच्या बेताला आलो. त्यापूर्वी मी माघार घेतली !

—थांबायचं कुठे हेही समजावं लागतं ! सुरुवात थोडी चुकली तरी चालेल !

❒

तो उत्कट क्षण मला मंगलेच्या सहवासात मिळाला पण त्या क्षणाची किंमत म्हणून तिनं मृत्यू जवळ केला. आत्महत्येवर आपला विश्वास नाही, जीवनावर आहे. म्हणून मी जगतोय...एकटा जगतोय.

जलधारा

तिकिटांना एवढी मोठी रांग असताना तिकिट मिळण्याची तुम्हांला आशा आहे ?' कुणी तरी विचारलं.
—मी मागं वळून पाहिलं. प्रश्न विचारणाऱ्या माणसाला पाहून माझ्या चेहऱ्यावर नापसंतीची अढी पसरली आणि मी अगदी पटकन विचारलं, 'तुम्हाला त्याच्याशी काय कर्तव्य आहे ?'
माझ्या या फटकळ प्रतिप्रश्नावर तो गृहस्थ चेहरा टाकून निघून जाईल असं मला वाटलं, पण तसं न करता बिनदिक्कत माझ्याकडे रोखून पाहात तो म्हणाला, 'तुम्हाला हवं असल्यास माझ्याकडे एक तिकीट आहे.'
—काय बाई या निर्लज्जपणाला म्हणावं ? काय बोलावं तेच कळेना. नाकारावं की स्वीकार करावा ? नाकारावं तर पिक्चर हुकणार होतं आणि 'Pride and Prejudice' कादंबरी तर परीक्षेला लावली होती. ह्याउलट 'हो' म्हणावं तर ज्याचा ससेमिरा मागं लागू नये, ज्याच्यापासून सावध राहायला

प्रिन्सिपॉलनी सांगितलं आहे, त्या माणसाचे उपकार घेण्यासारखं होतं !
तेवढ्यात आणखीन एक शंका चाटून गेली, 'ह्या गृहस्थाला माझ्या शेजारी
बसून तर सिनेमा पाहायचा नसेल ?'

'माझ्याकडे एकच तिकिट आहे. दोन तिकिटांपैकी एक तिकीट एखाद्या फाकडू
मुलीला गाठून तिच्याशेजारी बसण्याचा मोका साधावा ह्या उद्देशानं मी तुम्हाला
विचारीत नाही. हवं तर 'हो' म्हणा, नाही तर 'नाही' म्हणा. मला वेळ फार
थोडा आहे; मिस...अरे हो, अजून तुम्ही मला तुमचं नाव सांगितलं नाहीत.
का ?'

छे बाई ! भलताच प्राणी आहे हा ! भलताच नाही तर काय ? चार
महिन्यांपूर्वी ह्या प्रसंगाची आत्ता आठवण करून देण्याचं काय कारण होतं ?
त्या दिवशी आम्ही तिघीजणी नेहमीप्रमाणं फिरायला चाललो होतो. कॉलेज
जिमखान्यासमोरच ते टोळकं उभं होतं. जोगळेकर मला तेव्हाच म्हणाली,
'पाहिलीस ती चांडाळचौकडी ?' मी म्हणाले, 'ज्याच्याकडे बघून त्रास होतो
किंवा राग येतो अशा गोष्टीकडे बघायचंच कशाला ?'

'अग ही माणसंदेखील पाहून ठेवावीत—' दामले म्हणाली.

'एकेकदा पाहून ठेवावीत असं म्हणत म्हणत तुम्ही बघता आणि मग त्या
लोकांना चेव येतो--' मी दामलेला ऐकवलं.

'हिची मतं बाई अफाटच !' जोगळेकर म्हणाली. मी पुन्हा काही बोलणार,
तेवढ्यात त्या समोरच्या घोळक्यात हालचाल झाली. हातावर हात मारले गेले
आणि त्यातला एक रुबाबदार गृहस्थ एकाएकी आमच्या दिशेस चालत येऊ
लागला. त्याचा रोख आमच्याकडे होता. जोगळेकर-दामले-जोशी थबकल्या.
जागच्या जागी उभ्या राहू लागल्या. मी मात्र काहीच घडलं नाही असं दाखवत
चालत राहिले. पण तो अवलिया माझ्याकडेच येत होता. माझ्यापासून दोन
हातांवर उभं राहात त्यानं सरळ सरळ नमस्कार केला. अजून त्यानं माझी
टिंगल केली नव्हती, अपमान केला नव्हता किंवा रस्त्यावर गैर दिसेल असा
प्रकार केला नव्हता. मी त्याला उलट नमस्कार केला. माझ्याकडे पाहात त्यानं
सरळ विचारलं, 'आपलं नाव काय ?'

'का ?' मी उलट विचारलं.

'मला हवं आहे. मला म्हणण्यापेक्षा—शेपूट घालून ते चौघे उभे आहेत ना
त्यांना हवं आहे. त्यांच्यात तुम्हांला सरळ येऊन विचारण्याची ताकद नाही—
म्हणून मी विचारतो आहे. सांगण्याची इच्छा असेल तर सांगा. सांगितलं
नाहीत तर फार काही बिघडणार आहे अशातला भाग नाही. मी सरळ
तुम्हाला अडवून तुमचं नाव विचारू शकतो—हे तर सिद्ध केलंच आहे !'

—मी एवढी गांगरले की, मला काही सुचेच ना. मी तशीच उभी राहिले. माझं मौन हा नकार समजून तो म्हणाला,
'अच्छा; नका सांगू. आग्रह नाही. Sorry to trouble you !' एवढं बोलून तो निघूनही गेला. त्याचा धीटपणा, का कुणास ठाऊक, मला स्वतःशी कबूल करावाच लागला. पण माझं ते मत मी त्या त्रयीला सांगितलं नाही. नाही तर त्यांनी मला सळो... !
'मिस... !' त्यानं मला पुन्हा हाक मारली. मी भानावर आले. एका वाक्यात त्यानं मला किती तरी गोष्टी सांगितल्या होत्या. त्याच्याजवळ एकच तिकीट होतं. माझ्या शेजारी तो बसणार नव्हता. मी शांतपणं निर्णय घेणार होते. तोवर थांबायला त्याला सवड नव्हती. आणि अय्या ! काय बिलंदर प्राणी आहे. जाता जाता मला तो फाकडू म्हणाला होता. तो पाहातच होता.
'I am sorry ! मला द्या तिकीट !' मी पटकन म्हणाले. वरच्या खिशातून त्यानं शांतपणं तिकीट काढलं. हाताला स्पर्श घडणार नाही ह्याची काळजी घेत त्यानं ते तिकीट माझ्यापुढं केलं. ते मला जाणवलं.
'Thank you very much ! तुम्हाला हे पिक्चर परीक्षेच्या दृष्टीनं पाहावंसं वाटतं, नाही का ?'
'अहो, सिनेमा पाहून पेपर सोडवता आला असता, तर कॉलेजचा खर्च कशाला करायचा ?'
मी गप्प बसले. ह्यानं हा उघड उघड टोला तर नाही हाणला ! असू दे. पिक्चर तर पाहायला मिळालं ! पण अजून हा इथंच का थांबलाय ? माझी ओळख वाढवण्याचा विचार दिसतोय—सगळी चहाटळ कार्टी पाहा, आमच्याकडे पाहताहेत. तोही हसतोय ! अगबाई, मला तिकीट घ्यायला लावीन अशी ह्यांनी आपापसांत पैज तर मारलेली नाही ?
'मिस अनामिका, मला जास्त थांबायला वेळ नाही. तिकीटाचे पैसे लवकर द्याल तर बरं होईल. इतर मुलंही बघताहेत ते ठीक नाही. नाही म्हणजे—मी त्यांना भितो असं नाही,—तर तुमच्या दृष्टीनं सांगतोय.'
—मी चांगलीच चपापले. भराभरा पैसे काढून दिले. खरंच, पैसे देण्याची ही गोष्ट मला आधीच का सुचू नये ? एवढी कशी मी वेंधळी ?—मी आपण होऊन पैसे द्यायला हवे होते. पण मला तरी काय कल्पना ? बहुतेक पुरुष काही ना काही कारणानं मुलींना उपकाराखाली केव्हा आणता येईल ह्याची वाट पाहात असतात. त्यातल्या त्यात सुंदर मुलींच्या मागे तो ससेमिरा जास्त असतो. जाता जाता त्यानं म्हणून घेतलंच की नाही मला फाकडू ? पण खरंच, मी ते का सहन केलं ? जास्तीत जास्त त्यानं काय केलं असतं ?

तिकीट दुसऱ्या कुणाला तरी दिलं असतं—नव्हे. नव्हे—विकलं असतं !
खरंच, हा प्राणी निराळा आहे. सरळ सरळ पैसे मागितले तिकीटाचे ! फाकडू म्हणाला आणि तरी पैसे मागितले ! बोलतो कसा वर, पिक्चर पाहून पेपर सोडवायचा मग कॉलेजचा खर्च कशाला करायचा ? ...आणि
म्हणतो...तुमच्या शेजारी बसायला मिळावं म्हणून तुम्हाला तिकीट देत नाही...तिकीट देताना त्यानं हाताला स्पर्श होऊ दिला नाही.
—निराळा ! अगदी निराळा आहे हा प्राणी !
वाह्यात आहे. पण त्यामागं धिटाई आणि सरळपणा आहे. वाह्यातपणा केला तर पळवाटा शोधणार नाही. नाही तरी एखादा प्राणी त्या दिवशी सरळ अपराध नाकबूल करता ! पण त्याला स्वत:ला मुळी तो आपला अपराध वाटतच नव्हता. कसा ताठ उभा राहून सांगत होता—
'सर, मलाही पोझिशन आहे.'
अगदी काल प्रकार घडावा तसं सगळं आठवतंय !
मी कॉलेजला जाऊ लागले आणि पहिल्याच महिन्यात तो प्रकार घडला. त्या दिवशी जोगळेकर-जोशी-दामले ह्या त्रिकुटानं मला कॉलेजच्या फाटकातच गाठलं. अगोदर ती बातमी कोण सांगतं ह्यासंबंधी जणू त्या तिघींत चुरसच लागली होती. तिघींनी ओढतच मला व्हरांड्यात नेलं. नोटीस-बोर्डापाशी बराच मोठा घोळका जमला होता. हास्यांची कारंजी उडत होती. जवळ जाऊन पाहतो तो एका रुबाबदार व्यक्तीचा फोटो ! असेल म्हटलं-क्रिकेटमधला पराक्रम ! पण नाही. मामला निराळा होता. फोटोखाली चक्क लिहिलं होतं, 'मुलींकडे पाहून शिट्ट्या मारणारा हा विद्यार्थी-ह्याला नीट लक्षात ठेवावा.' फोटो पाहून मी बाजूला झाले. दामलेत्रयीनं तपशील पुरवला. का कुणास ठाऊक, होत होता तो प्रकार काही तितकासा चांगला वाटत नव्हता. पण मेल्या चहाटळ, त्या विद्यार्थ्यावरून माझीच रेवडी उडवतील म्हणून गप्प बसले. पण त्यानंतर चारच दिवसांनी सगळं कॉलेज हादरून गेलं. त्याच नोटीस बोर्डाजवळ पण वरती-छताला-शिडी घेतल्याशिवाय हात पोचणार नाही इतक्या उंचावर—चार मुलींचे फोटो लावले होते. चौघीजणी कॉलेजातल्याच होत्या; आणि बहुधा तक्रार करणाऱ्यांपैकीच असाव्यात. फोटो-तो काढणाऱ्या व्यक्तींच्या कौशल्याची साक्ष पटविणारा होता; पण त्यापेक्षा एक गोष्ट निराळीच होती. फोटोच्या खालीच लिहिलं होतं—
'कमीत कमी कपडे घालून अवयवांचं उत्तान प्रदर्शन करणाऱ्या ह्या विद्यार्थिनींकडे पाहून ज्यांना शिट्टी वाजवावीशी वाटत नाही—त्यांनी आपापली नावे नोटीस बोर्डावर लावावीत. प्रोफेसर मंडळींनी पण ह्यात भाग घ्यायला

हरकत नाही.'

—ह्या प्रकारामुळं सारं कॉलेज हादरावं ह्यात नवल नव्हतं. सर्वत्र हाच विषय गरजत होता. तो प्रकार पाहण्यासाठी मुलांच्या आणि मुलींच्याही झुंडी तिकडे धाव घेत होत्या. वरती माना करून, वाकून सगळेजण ते फोटो पाहात होते. तेवढ्यात प्रिन्सिपॉल तिथं आले. त्यांच्या करड्या आवाजात ते ओरडले, 'हा वाह्यातपणा कुणाचा ?'

गर्दीतून वाट काढीत एक विद्यार्थी पुढे आला.

'मिस्टर देशपांडे, ही कारवाई तुमची दिसते !'

'Yes Sir !'

'तुम्हाला हे प्रकार शोभतात ? ह्याचा अर्थ काय ?' छताकडे बोट दाखवीत प्रिन्सिपॉलनी विचारले.

शांतपणे नोटीस बोर्डाकडे बोट करीत रमेशनं विचारलं.

'सर, ह्याचा अर्थ काय ?—मलाही पोझिशन आहे काही.'

'मुलींच्या मागं शिट्ट्या मारत फिरताना तुम्हांला पोझिशनची आठवण होत नाही वाटतं ? तेव्हा मुलींच्या पोझिशनचा तुम्हाला विसर पडतो !'

'सर, कमीत कमी कपडे घालून फिरणाऱ्या मुलींना पोझिशन असते का ?'

ह्या रोखठोक सवालावर सगळी मुलं आणि मुलीही हसल्या.

प्रिन्सिपॉल मोठ्यांदा ओरडले, 'सायलेन्स.' नंतर पुन्हा रमेशकडे पाहात ते म्हणाले, 'ह्याचा अर्थ तुम्ही शिट्ट्या मारत त्यांच्या मागं फिरावं असा होतो का ?'

'Sir, listen to me, please ! प्रत्येकाची ॲप्रिसिएशन व्यक्त करण्याची पद्धत निरनिराळी असते. कुणी नुसता हसतो, कुणी खाकरतो, तर कित्येकजण मनातल्या मनात म्हणतात, आपणही खोकावं का ? मी आपला शिट्टी वाजवून मोकळा झालो. मला शिट्टी वाजवावीशी वाटली-मी वाजवली. शिट्टी वाजवावीशी वाटूनही वाजवण्याचं धैर्य नसणारी असंख्य मुलं—आत्ताही ह्या गर्दीत उभी आहेत, आणि सर, शिट्टी वाजवावीशी वाटत नाही अशा मुलांना मी त्यांची नावं बोर्डावर लावा म्हणून वरती लिहिलं आहे, पण बोर्डावर पाहा अजून एकही नाव लागलेलं नाही. प्रोफेसर मंडळींना पण भाग घ्यायला मोकळीक होती. पण पाहा एकाही प्रोफेसरनं आपलं नाव बोर्डावर लावलं नाही. म्हणजे मनातून त्यांनाही शिट्टी मारावीशी वाटते असा अर्थ होत नाही का ?'

—हास्याची प्रचंड कारंजी उडाली ! व्हरांड्यात त्याचा आवाज खूप वेळ घुमत राहिला. प्रिन्सिपॉल ताडताड निघून गेले. परत मुलांच्या शिट्ट्या सुरू झाल्या.

अर्ध्याच तासात रमेशचा नोटीसबोर्डावरचा फोटो काढण्यात आला आणि त्यानंतर लगेच सगळीकडे बातमी पसरली-पहिली टर्म भरायला रमेशला प्रिन्सिपॉलनं मनाई केलेली आहे...

'काय मंदे, मिळालं का तिकिट ?' -जोगळेकर कंपनीनं मला गाठलं.

—मी भानावर आले. काय बाई माझं मन तरी ! आपलं रमेशचाच विचार करीत बसलं.

'मिळालं ! तुम्हाला ?'

'नाही ना. एवढी अफाट गर्दी असेल ह्याची कल्पना नव्हती. तू पक्की लबाड. न सांगता आलीस आणि तिकिटही मिळवलंस !'

मी पुन्हा कावरीबावरी झाले. तिकिट कसं मिळवलं हा प्रश्न त्यांनी विचारला असता तर काय आणि कसं सांगावं ह्याचा प्रश्न पडला असता.

'ए, आपण बॉक्सची तिकिटं पाहू. चल येतेस ?'

'अगबाई, एवढी भारी ?'

'चल ग. एक स्नोची बाटली कमी घे या महिन्याला.'

आपापसांत तिघींची चर्चा चालू झाली. शेवटी बॉक्सचं तिकिट काढायचं ह्यावर एकमत झालं आणि तिघीही मला थांबायला सांगून बुकिंग ऑफिसकडे पसार झाल्या. मी सुटकेचा श्वास सोडला, बरं झालं त्या आणखीन खोलात शिरल्या नाहीत ते. त्यांची-माझी गाठभेट सिनेमा सुटल्याशिवाय होणार नव्हती तोपर्यंत मला थाप सुचण्यासाठी पुरेसा वेळ मिळणार होता !

—पण थाप तयार ठेवूनसुद्धा ती मारण्याची वेळच आली नाही. कारण पिक्चर सुटलं आणि धुमधडाक्याचा पाऊस येण्याची चिन्हं दिसू लागली. सकाळी घरातून बाहेर पडताना दादांनी मला दहा वेळा 'छत्री घे' म्हणून सांगितलं, पण मी कंटाळा केला. आता कुणासाठीही न थांबता घरी पळणं आवश्यक होतं. दादांनी मला भिजलेली पाहिली असती, तर चांगलीच आफत होती.

मी झपाझप चालू लागले. पण पावसाच्या तडाख्यातून मी सुटेन ह्याची शाश्वती वाटेना. चालण्याची गती वाढवून वाढवून किती वाढवणार ? टपोरे थेंब लागलेच पडायला ! आणि मग केवढी तरी वीज चमकली. रस्त्यावर धावपळ चालू झाली. वाहनांची गती पण वाढली. तेवढ्यात मोठा गडगडाट झाला आणि अशी जोरदार सर आली की, विचारायची सोय नाही. एका इमारतीची मोठी कमान पाहून मी तिकडे धाव ठोकली. मी पसंत केलेली जागा बऱ्याच लोकांना आवडली असावी. कारण बरेच लोक मग माझ्या आसपास येऊन उभे राहिले. अंग चोरत चोरत मी मागं मागं सरत होते आणि मग तो आडोसा

अपुरा पडायला लागला. चारी बाजूनं पागोळ्या गळू लागल्या आणि हळूहळू माझं पातळ खांद्यापासून भिजायला लागलं. असं भिजत उभं राहण्यापेक्षा चालणं केव्हाही श्रेयस्कर होतं. दादांची हजेरी आता नाही तरी चुकणार नव्हतीच. चालण्याच्या तयारीनं मी पातळाचे ओचे जरा वर धरून पाऊल टाकणार तोच कानांवर शब्द आले,

'पाऊस थांबल्यावर निघणं श्रेयस्कर. तोपर्यंत वर चला.'

—समोर रमेश उभा होता. 'मी इथेच वरच्या मजल्यावर राहतो. यायचं असल्यास या. आग्रह नाही.'

—रमेशचे उपकार आणखीन एकदा घ्यावे लागत होते. नाही म्हणावं की हो म्हणावं, हा संभ्रम पुन्हा आलाच ! पण खरं म्हणजे आता येत नाही असं सांगणं बरं दिसणार नव्हतं. दुसरं म्हणजे-तो सरळ घरी चला म्हणत होता. इतर मंडळी घरात असणारच. तेव्हा तसा काही धोका नव्हता ! पाहू खरं. हा 'निराळा' वाटलेला माणूस घरी कसा असतो ते !

—मग जास्त विचार न करता मी त्याच्यामागून जाऊ लागले. एक जिना चढल्यावर तो डाव्या बाजूला वळला. दोन दरवाजे सोडून तिसऱ्या उघड्या दरवाज्यासमोर उभं राहून मागं पाहात तो म्हणाला,

'या आत. ही आमची हवेली.'

दरवाज्यावरची आर. देशपांडे, बी. एस. सी. ही पाटी पाहून मला नवल वाटलं. असेल एखादा भाऊ ! दरवाज्यातच मी थबकले.

'या ना आत.'

—मी आत गेले. टेबलापुढची खुर्ची पुढं सरकवून त्यानं मला बसायला सांगितलं. टेबलावर एक टेबल-डायरी, एक छोटंसं घड्याळ-आणि लहानसाच टेबल-फॅन होता. टेबलावरच भिंतीला एक फळी मारली होती. त्यावर ह्या टोकापासून त्या टोकापर्यंत पुस्तकंच पुस्तकं लावली होती. दरवाज्यासमोर एक गोदरेजचं कपाट होतं. एका दरवाज्याला आरसा होता. पण त्यावर पडदा शिवला होता. पडद्याचं कापड भारी होतं आणि घेणाऱ्याच्या सौंदर्यदृष्टीचं प्रतीक होतं. बस, बाकी त्या खोलीत काही नव्हतं. सगळं निरीक्षण झाल्यावर मी रमेशकडे पाहिलं आणि त्याचे आभार मानण्यासाठी काही बोलणार तोच तो म्हणाला, 'आभारप्रदर्शनाव्यतिरिक्त काहीही बोला, पण आधी थांबा-' असं म्हणत तो पटकन कपाटाकडे गेला, आणि आतून एक पातळ काढत तो म्हणाला,

'ते ओलं पातळ बदला. हे नेसा. तोपर्यंत मी आपल्या दोघांना झक्कपैकी कॉफी सांगून येतो कोपऱ्यावरून.'

'कोपऱ्यावरून ?' मी साश्चर्य विचारलं.

'हो, कोपऱ्यावरून. माझ्या ह्या खोलीत मी एकटा असतो. अशी खूप मंडळी आहेत ह्या खोलीत; पण हे सगळं आपण बोलूच. पाऊस थांबेपर्यंत खूप विषय आहेत आपल्याजवळ. हे पातळ बदला. मी आलोच.'

मला जास्त बोलायचा अवधी न देता तो बाहेर पडला. आधी त्यानं तिकिट दिलं. मग खोलीत बोलावलं. आता पातळ बदलायला दिलं. हळूहळू एकएक पायरी वाढत आहे. मी जास्त जास्त उपकाराखाली तर जात नाही ह्या गृहस्थाच्या ? जोगळेकर कंपनीला हे कळलं तर काय होईल ? आता हे पातळ नेसावं की न नेसावं ? दादा चांगलाच दम भरणार. आता काय करावं ? पातळ बदलायचं झाल्यास रमेश कॉफी सांगून यायच्या आत बदलायला हवं ! बदलू या !

—मी मग पटकन उठले. खिडकी बंद केली. रस्त्याच्या बाजूला असलेला गॅलरीचा दरवाजा लोटला आणि दुसरा दरवाजा लोटून त्याला कडी लावायला गेले तो काय ? ह्या दरवाज्याला आतून कडीच नव्हती ! मी चरकले ! दरवाजाला कडी नाही. साडी बदलताना रमेश परतला तर ? हा त्याचा डाव नसेल ना ? आता मला त्यानं पुरतं कोंडीत धरलं आहे. तो काय करील अशा वेळी ? माझ्यावर बळजबरी करील ? एकीकडे असे विचार येत होते आणि त्या विचारांची लाज वाटत होती. एवढा सरळ माणूस—असं गुपचूप काही करणार नाही. तो जरासा वाह्यात असेल पण निर्भीड आहे. तो खरा पुरुष आहे. तरुण आहे आणि तेवढाच प्रामाणिक आहे. तसं काही वाटलं तर तो सरळ सरळ म्हणेल की...

....पण खरंच, तो काय म्हणेल ? —माझ्या मनातून तुम्हांला एक मिठी मारावीशी वाटत आहे. होकार असेल तर सांगा, नकार असेल तर... ! —छे बाई, भलतीच भरकटत चालले मी. साडी बदलायची राहूनच गेली. मग मी भराभर हालचाल केली. खिडकीजवळचं टेबल सरकवीत सरकवीत दरवाज्याला टेकवलं. त्याच्या शेजारी खुर्ची सरकवली. झराझरा पातळ बदललं, आणि गॅलरीचा दरवाजा उघडून पटकन गॅलरीत आले. रमेश संथपणे रस्त्यावरून येत होता. पाठीमागं किटली घेऊन हॉटेलचा वेटर येत होता. मग मात्र मला माझ्या विचारांची लाज वाटली. तशीच धावत मी खोलीत आले. खुर्ची जाग्यावर ठेवली. टेबल सरकवीत पहिल्या ठिकाणी आणलं. टेबलक्लॉथ सारखा केला. दरवाजा उघडला आणि रमेशची वाट पाहत बसले.

रमेश आणि पाठोपाठ हॉटेलचा पोऱ्या दोघंही आत आले. माझ्याकडे पाहात

रमेश म्हणाला, 'अरे वा, साडी भलतीच छान आहे ! आहे—आहे, मला आर्टिस्टिक सेन्स आहे म्हणायचा. साडी घेतल्यापासून पडून होती तीन वर्षं ! तिला बाहेरची हवा लागण्याचा योग आज होता.'

'कुणाची साडी ?'

'एका अत्यंत आवडत्या माणसासाठी घेतली होती.'

रमेशचा आवाज निराळा वाटला. मी मग तो विषय वाढवला नाही. पोऱ्यानं कॉफीचे कप भरून टेबलावर ठेवले.

'हे बघ रे, कोपऱ्यावर भय्या आहे ना ? त्याला ही साडी दे. इस्त्री करून ठेव म्हणावं. पावसात भिजली साडी. सुकायला हवी.'

आणि मला न विचारता पातळाची घडी रमेशनं त्या पोऱ्याला दिली. माझ्या हातात कप देत तो म्हणाला.

'मस्तपैकी कॉफी घ्या, तुमच्या पातळाला इस्त्री होऊन येईतो पाऊस थांबेल आणि पाऊस थांबेपर्यंत आपण गप्पा मारू. चालेल ना मिस...'

'मंदा नाईक'—मी नाव सांगितलं आणि आम्ही दोघंही हसलो.

'कसं काय होतं पिक्चर ?'

'मस्त होतं.'

पुन: आम्ही गप्प बसलो. गरम कॉफीचे घुटके सौख्यदायक वाटत होते. कॉफी होती हॉटेलची, पण ती मस्त वाटत होती. एखाद वेळेस ती कॉफीची चव नसेलही, वातावरणाची आणि मन:स्थितीची चव असणार त्यात. रमेशच्या खोलीवर अशा रीतीनं थांबण्यात वेडगळपणाचं वाटत होतं. थोडंसं धाष्ट्र्याचं होतं, पण त्यात निराळी लज्जत वाटत होती एवढं खरं.

'तुम्ही आज छत्री घेतली नाहीत ?'

'नाही ना. दादा दम भरणार आज. त्यात आता उशीर झाला.'

'घरी बोलतील का ?'

'विचारतील, कुठं होतीस म्हणून. काय सांगायचं ह्याचाच विचार करते आहे.'

'अरेरे, तुम्हाला उगीच बोलावलं मग. मला वाटलं, घरी सगळ्या गोष्टी खऱ्या आणि स्पष्ट सांगण्याची ताकद तुमच्या अंगात असेल.' रमेश ताडकन म्हणाला.

'नाही हो, तसं नाही.'

'मला स्पष्टवक्ती आणि न डरणारी माणसं आवडतात. माणसांनी उच्छृंखलपणानं वागावं असं मला म्हणायचं नाही. एखादी गोष्ट स्वत:ला पटली तरच मी ती करतो. आणि एकदा केल्यावर नंतर पळवाटा शोधत नाही.'

—रमेशनं सांगितलेलं हे इतकं खरं होतं की, मला तो दृष्टिकोन एकदम पटला. मी म्हणून गेले—

'आजवर मीही कधी लबाडी केली नाही कुणाशी, पण आता इथून पुढं जास्त जागरूक राहीन.'

—वास्तविक अशा तऱ्हेचा कबुलीजबाब मी द्यावा अशी रमेशची अपेक्षा नव्हती. मग मला हे असं बोलावंसं का वाटावं ? रमेशचा न् माझा काय संबंध ? त्याला बरं वाटेल असं मला का बोलावंसं वाटावं ?

—मी स्वत:लाच प्रश्न विचारत राहिले. त्याची उत्तरं शोधत राहिले. पुष्कळ प्रश्नांना उत्तरच नसतात हे मला माहीत नव्हतं. वास्तविक त्या गोष्टी घडल्या म्हणून घडल्या ! तसं पाहिलं तर—एवढ्या व्यक्ती सोडून रमेशनं मलाच का तिकिट विकावं ?

'तुम्हाला मी एक आगाऊ माणूस वाटत असेन, नाही ?'

—मी गप्प बसले. उत्तरच सुचेना. तो पुढं म्हणाला,

'ह्यात नवल नाही. माझ्या ह्या विक्षिप्त विचारसरणीपायी मी अनेकांना मुकलोय. दूर राहिलोय. पण त्याचा मला खेद वाटत नाही.'

—पाऊस अद्यापि कोसळत होता. रमेशचा खोलीत थांबावंसं पण वाटत नव्हतं आणि जावं असंही वाटत नव्हतं. निघालेला विषय कुठं वळेल हे कळत नव्हतं. तो विषय बदलायला हवा होता. मीच मग मध्येच—

'तुम्ही एकटेच असता का ?' विचारलं.

'हो.'

'आर. देशपांडे कोण ?'

'मीच.'

'बी. एस्सी. ?'

'होय. मी आधी बी. एस्सी. झालो. शिक्षणाला रामराम ठोकला. नंतर एक विलक्षण घटना घडली. त्या एका बाबीमुळं सगळ्यावरचा विश्वास उडाला. काही करू नये असं वाटू लागलं. नैराश्य आलं. पण ते नैराश्यही जीवनाला आवश्यक ठरलं. जग फार निराळं वाटू लागलं. ह्या जगात भिण्यासारखं- घाबरण्यासारखं कांहीच नाही असं वाटू लागलं. आपण जगाला घाबरून राहावं एवढी ह्या जगाची लायकी नाही. स्वत: समाधान मिळवणं हाच दृष्टिकोन सर्वोत्तम ठरतो. इतरांवर अन्याय केला नाही, किंवा घडलेल्या कृतींचे परिणाम, किंमत नाकारली नाही की समाधान ठेवलेलंच !' रमेश कमालीच्या आत्मविश्वासानं सांगत होता. मी भीतभीत विचारलं,

'आपला हा दृष्टिकोन कुणाला माहीत नाही. त्यामुळं आपल्याबद्दल गैरसमज

आहेत, हे तरी बरं आहे का ?'
'माझ्याबद्दल लोकांना काय वाटतं ह्याच्याशी मला काय कर्तव्य आहे ? एकेकदा सगळ्या गोष्टी आयुष्यात घडून गेल्या आहेत. अमूक एका गोष्टीसाठी थांबावं-नमावं, असं आता काही उरलंच नाही. मग मी लोकांना का किंमत द्यावी ? तेवढी त्यांची लायकी तरी हवी ना ? ज्या लोकांत काही अर्थ वाटतो, तिथं माझी मूल्यं आपोआप बदलतात. तसा बदल केव्हा होतो हे माझं मला पण कळत नाही.'
'तुम्हालाही कळत नसेल, तर आम्हाला कळणं तर अगदीच अशक्य आहे !'
'मी सांगतो तेवढी उत्सुकता असेल तर. पण तसं का घडलं हे मला सांगता येणार नाही. आज मी तुम्हालाच तिकिटासंबंधी का विचारावं ?'
'हो, आणि लोकापवाद माहीत असून मी त्याचा स्वीकार का करावा ?' माझी भीड आता चेपली गेली. ह्या दोन्ही प्रश्नांची उत्तरं दोघांजवळही नव्हती.
तेवढ्यात पातळाला इस्त्री करून ते घेऊन भय्या आला. पावसाचा जोरही कमी झाला होता.
'बरं, मी निघू आता ?'
'निघा.'
'मी आले हे...'
'हवं तर मी कुणाला सांगणार नाही. कारण एक तरुण सुंदर मुलगी आपल्या खोलीवर आली ही माझ्या दृष्टीनं काही खास सांगण्यासारखी बातमी नाही. दुसऱ्या कुणाला ती राष्ट्रपती-पदकासारखी-मिरवण्याची गोष्ट वाटली असती. तेव्हा मी बोलणार नाही कुठं. मात्र तुमच्या घरी आई-वडिलांना हे माहीत असावं.' रमेशनं आवर्जून सांगितलं. मी त्याचा निरोप घेतला.

रमेशचं व्यक्तिमत्त्व सहजासहजी विसरलं जाण्यासारखं नव्हतं. घरी गेल्याबरोबर खरोखरच मी सगळ्यांना घडलेली हकीकत सांगितली. अगदी रमेशच्या आणि माझ्या संवादासकट ! त्यानंतर थोडा-फार कॉलेजातला फोटोप्रकरणाचा इतिहास सांगावा लागला. आईचं मत-गृहस्थ और दिसतोय. आजीचं मत पडलं, लहान वयात त्यांनी खूप भोगलं असलं पाहिजे. भाऊंचं मत-बंडल आहे, तुझ्यासमोर इंप्रेशनच्या बाटल्या फोडल्या. दादांचं मत-गृहस्थ टग्या आहे. संसार हिंमतीनं करील.
पहिली टर्म रमेश कॉलेजला येणार नव्हता ही एक इष्टापत्ती ठरली. कारण मग तो रोज दिसला असता. जरी बोलला नसता, तरी नजरेच्या गाठीभेटी झाल्या असत्या. जोगळेकर किंवा दामले काही तरी त्याच्याबद्दल बोलल्या असत्या

आणि अभावितपणे मी काहीतरी त्यावर बोलून गेले असते.

त्यानंतरच्या रविवारी मी साडी घेऊन रमेशकडे निघाले. अर्थात व्यवस्थित घरी सांगून. तसे आमचे दादा एरव्ही कडक असले तरी, तितकेच सरळ आहेत. त्यांच्या मनात वेडावाकडा विचार सहसा येत नाही. नाही तर ते म्हणाले असते. 'साडी तूच पोचवली पाहिजे असं नाही—दुसरं कुणी जाईल.' पण तसं घडलं नाही. मी बाहेर पडले तेव्हा भाऊला जरा खोकला आला; पण मी त्याचं कौतुक करीत त्याचा निरोप घेतला.

मागच्या भेटीत रमेश खूप बोलला होता. पण त्यानं एकही विषय पुरा केला नव्हता. जे काही बोलणं झालं ते त्यानं अर्ध्यावर सोडलं होतं, आणि पहिल्याच वेळेला सविस्तर हकीकत विचारण्याचं धाडस मी पण करणं शक्य नव्हतं. आज मी त्याला काही विचारणार होते. त्याची अर्धी वाक्यं पुरी करायला लावणार होते. बी. एस्सी. झाल्यावर तो पुन्हा आर्ट्सकडे का आला होता हे पाहणार होते. मागच्या भेटीत पहिल्यांदा तो म्हणाला, 'ह्या खोलीत मी एकटा असतो' आणि नंतर लगेच म्हणाला, 'तशी खूप मंडळी आहेत ह्या खोलीत.' नंतर साडीवरून म्हणाला होता, 'एका अत्यंत आवडत्या माणसासाठी घेतली होती.' नंतर त्याच्या आयुष्यात अशी घटना घडली की, त्याचा सगळ्यांवरचा विश्वास उडाला. पण लगेच पुढं तो म्हणाला की, — 'एकेकदा सगळ्या गोष्टी आयुष्यात घडून गेल्या आहेत.'

वाक्यं अर्धी होती. पण त्या अर्ध्या वाक्यांतूनच एखादं रामायण दडलेलं असल्याची खूण होती. ते रामायण काय असू शकेल ? —आवडती व्यक्ती, साडीची खरेदी-आयुष्यात सगळं घडणं-आणि सगळ्यावरचा विश्वास उडणं ह्या वाक्यांतून दुसरी कोणती कथा गुंफली गेली असण्याची शक्यता आहे ? —म्हणजे त्याच्या जीवनात येणारी पहिलीवहिली मुलगी—मंदा नाईक—नव्हे नक्कीच !

मी खोलीवर पोचले तेव्हा स्वारी काही तरी वाचत पडली होती. मला पाहताच तो उठून बसला. आज मी त्याला काही जास्त प्रश्न विचारून आणखी माहिती मिळवण्याचं ठरवलं होतं. त्या दृष्टीनं मी पहिला प्रश्न विचारला, 'हे काय, बाकीची मंडळी कुठं आहेत ?'

'बाकीची कोण ?'

'ह्या खोलीत आपण एकटे नाहीत असं तुम्ही मागच्या वेळेला म्हणालात.'

'हां हां, आलं लक्षात. सांगतो बसा ! —सगळी इथेच आहेत. तुम्हांला कोण हवीत सांगा ! फडके-कवठेकर-ठोकळ-गोखले-कोण हवेत बोला ?'

मी शरमले. रमेश मोठमोठ्यांदा हसू लागला. मी काही बोलू शकत नव्हते.

हसणं थांबवीत तो म्हणाला,

'ह्या वरच्या फळीवर आमची ही दोस्त मंडळी बसली आहेत. ह्या खोलीत हेवा, द्वेष ह्यांना थारा नाही. ह्या गोष्टी माणसांच्याबरोबर येतात. पुस्तकांतून येत नाहीत. ह्या निरनिराळ्या साहित्यिकांचं आपसांत वैर असेल; पण माझ्या घरात ती सगळी एकत्र असणार. चलता है ! —काय म्हणताय बोला !'

'काय बोलू आता ? पहिल्या प्रश्नालाच तुम्ही आमची जिरवलीत. आता आमचे सगळे प्रश्न असेच ! तुम्ही एकटे का ? बाकीची मंडळी कुठं आहेत ? बी. एससी. होऊनही तुम्ही परत एफ. वाय. ला का आलात ? असले प्रश्न !'

'थांबा-थांबा. हे झाले सगळे वधूपरीक्षेच्या वेळचे प्रश्न.'

'पाहिलंत. एका उत्तरात मला गप्प बसायला लावलंत. तुमच्यापुढं मी काय बोलायचं ?'

'मिस नाईक, मी तुम्हाला नर्व्हस करतोय असं समजू नका. पण तुम्हांला आता खरं सांगू का ? — प्रेम, आपलेपणा, जिव्हाळा हे शब्द मला आता शापासारखे वाटतात. कुणी जवळ येऊ लागलं की धास्ती वाटते. वाटतं की, काही काळापुरतं हे प्रेम, ही माया मिळवून मी काय करू ? मग अलिप्ततेतच सौख्य वाटतं. पुस्तकं जवळची वाटतात. ती फक्त प्रेम करतात, आपल्याला हवी तेव्हा जवळ येतात. दूरवर ठेवलं तरी त्यांची ओढ कमी होत नाही. जाऊ दे, हे कशाला तुम्हाला ऐकवू ? माझे विचार, माझी मतं, माझा सहवास तुम्ही जेवढा कमी घ्याल तेवढं बरं ! कारण ते ऐकून तुम्हाला सौख्य होणार नाही.'

मी मग गप्प बसले. आता काय बोलावं हा माझ्यासमोर प्रश्नच होता. वास्तविक मी लगेच उठून त्याचा निरोप घेतला असता तर काहीच बिघडणार नव्हतं. अशा विक्षिप्त वाटणाऱ्या माणसाचा मोह पडायचं मला खास कारण नव्हतं. पण मला उगीचच घरच्या माणसांची निरनिराळी मतं आठवत होती. आजी म्हणाली होती, 'लहान वयात त्या गृहस्थानं खूप भोगलं असलं पाहिजे.' दादा म्हणाले होते, 'संसार हिंमतीनं करील.' मला एकाएकी हसायला आलं. रमेश माझ्याकडे पाहात होता. त्याची नजर मला वेगळी वाटली. वाटलं की, 'माणसांपासून दूर पळण्याचा हा प्रयत्न करतोय खरा, पण आपलं अस्तित्व, येणं, जाणं आता ह्याला हवं आहे !'

'का हसलात ?' त्यानं विचारलं.

'तुमची सगळी हकीकत घरी सांगितली. अगदी फोटो प्रकरणापासूनची ! त्यावर सगळ्यांनी जी काही मतं व्यक्त केली ती आठवली उगीचच.'

'असं ? सांगा तरी ?'

मी सगळं सगळं सांगितलं. तो पटकन् म्हणाला.

'तुमच्या भावाचं मत बरोबर आहे.'

'छे, बंडल आहे.'

'हो, पण भावाचं मत बंडल नाही; तर मी बंडल आहे.'

'मला वाटत नाही. मला दादांचं मत पटलं.' मी धीर करून बोलले.

'पटलं असेल. पण ते प्रत्यक्ष उतरणं कठीण आहे.'

—आमचा संवाद लांबला असता. कदाचित रमेश अधिक सविस्तर बोलला असता. त्याच्या अलिप्तपणाचे धागेदोरे आणखीन हाताशी आले असते. तेवढ्यात त्याला रस्त्यावरून हाका आल्या. मग मात्र मी ताडकन उठले. कारण भविष्यकाळात ह्या मैत्रीला निश्चित आकार येणार नसला, तर लोकांच्या ध्यान्यात येईल असं काही वाढवण्यात अर्थ नव्हता.

—मी रमेशचा निरोप घेतला. तोही जरा नाखूष वाटला; तरीही त्यानं 'पुन्हा केव्हा ?' असं काही विचारलं नाही. हुरहूर कायम ठेवून मी घरी परतले.

दिवस बहिरी ससाण्याच्या वेगानं पळत होते. पहिली टर्म हां हां म्हणता संपली. दुसरी सुरू झाली. रमेश कॉलेजला येऊ लागला. माझ्याशी ओळख असल्याचं त्यानं दाखवलं नाही. डोळ्यांच्या नजरेतही त्यानं ओळख दाखवली नाही. त्याच्या ह्या धोरणावर मी खूष झाले. त्याच्या खोलीवर मी नंतर गेले नव्हते. त्याची आठवण अधूनमधून यायची; पण माझ्या जाण्याने रमेशला बरं वाटतं, की त्रास होतो हे कळलं नव्हतं. मला मात्र तो अंतर्यामी आवडला होता. दादांचे शब्द वारंवार आठवायचे, 'संसार हिंमतीनं करील !' आणि पाठोपाठ रमेशचे शब्दही आठवायचे, 'ते प्रत्यक्षात उतरणार नाही.'

हे असं जरी सगळं होतं, तरी दादांनी जेव्हा माझ्या लग्नाचा विषय काढला, तेव्हा रमेश आठवला. दादांनी मला सरळ सांगितलं,

'मंदा, तुला उद्या सकाळी पहायला येणार आहेत ती मंडळी. तुझ्या हौसेखातरच फक्त तुला कॉलेजचं एक वर्ष करून दिलं. आता मला तुझे एकदा दोनाचे चार हात करू देत. अर्थात त्या बाबतीतही तुला पूर्ण स्वातंत्र्य आहे. एक वर्षाच्या कालावधीत तुला पसंत पडलेला एखादा मुलगा तुझ्या पाहण्यात असेल तर, बेलाशक सांग. माझी हरकत नाही. विरोध तर नाहीच नाही.'

मी गप्प राहिले.

'बोल ना, गप्प का ?'
'तुम्ही कराल ते माझ्या हिताचंच कराल. तुमच्याबाहेर मी नाही.'
'तरी तू विचार कर. हवी असेल तर थोडी मुदत मागून घे. संध्याकाळपर्यंत
सांग. रात्री मी त्या मंडळींना निरोप पाठवणार. तोपर्यंत सांग काय ते.'
'बरं !'
—मी 'बरं' म्हणाले, आणि मग तयारी करून सरळ बाहेर पडले. कशाचीही,
कुणाचीही भीती न बाळगता मी सरळ रमेशसमोर जाऊन उभी राहणार होते.
त्याच्याकडे कुणी आलं असलं तर, 'अर्ध्या तासासाठी बाहेर चला' असं
म्हणायलाही कमी करणार नव्हते. जास्तीत जास्त काय होईल ? तो नकार
देईल, 'नकार' मिळणं ही अपमानाची बाब होईल का ? नाही होणार !
व्यवस्थित बघायला येतात-काही तरी निरर्थक प्रश्न विचारतात-चहा-पोहे
चापतात, आणि खुशाल नकार कळवतात. तो जर अपमान मानायचा नाही,
तर हा का मानायचा ? बरं, हे संभाषण फक्त त्याच्या-माझ्यातच राहणार
होतं ! संसार हा जुगार मानला तर पहिलीच 'मूव्ह' चुकली म्हणायचं आणि
विसरायचं !

रमेश एकटाच होता. हातात पुस्तक होतं. त्यानं माझं नेहमीप्रमाणे स्वागत
केलं. खुर्चीवर बसता बसता माझी नजर समोरच्या भिंतीकडे गेली, आणि
सगळ्या प्रश्नांची उत्तरं मिळाली. एका अत्यंत आकर्षक, माझ्यापेक्षाही सुंदर
मुलीचा फोटो तिथं होता. न बोलता मी त्या फोटोकडे पाहात राहिले. रमेश
खाकरला. मी लाजले.
'तो फोटो तसाच आहे; नजर काढावीशी न वाटणारा.'
'ह्या कुठं असतात ? कोण...'
'अशाच एक !'
'मला त्या दिवशी दिलीत ती साडी...'
'हिच्यासाठीच आणली होती. मात्र योग फार निराळे होते.'
'म्हणजे ?'
'तुम्हाला वेळ आहे ना आज ?'
'हो.'
'मग बसा. आज सगळंच सांगतो. तुम्ही उत्सुक आहात, हे मला माहीत आहे.
माझी ही सगळी हकीकत ऐकल्यावर तुम्ही मला विसरून —सोडून जाणार
आहात. ते बरं होईल. गेल्या काही दिवसांत आपण फक्त मोजून तीनदा
भेटलो. पण प्रेमाची ओढ किती आहे-हे भेटींच्या संख्येवर अवलंबून ठेवू नये.

तुम्हाला माझ्याबद्दल आकर्षण वाटतं आहे. आणि लपवू कशाला ? - मलाही तुमच्याबद्दल काही तरी वाटतं आहे. तरी तुम्ही माझ्यापासून लांब राहायला हवं आहे; माझा पूर्वेतिहास ऐकलात की आपोआप तुम्ही दूर जाल.'

'बिलकुल नाही...तसं...'

'होणार नाही कदाचित ! पण व्हायला हवं आहे. तुम्ही हा फोटो पाहिलात. ही मुलगी कशी आहे ?'

'एकदम सुंदर. तिच्याएवढी माझी पात्रता नाही.' मी मनापासून म्हटलं.

'तुम्ही फार प्रामाणिक आणि स्वच्छ अंत:करणाच्या आहात.' रमेश भारावून म्हणाला.

'ही मुलगी पण एकदम भाबडी; निष्कपट, सालस आहे.'

'होय ना ? मग सांगा, एवढ्या गुणी मुलीशी मी प्रतारणा करावी का ?'

—मी अगदी अभावितपणे 'नाही.' म्हणाले.

खूप मोठा सुस्कारा सोडत रमेश म्हणाला.

'तुम्ही मला वाचवलंत. स्वत:चा स्वार्थ साधण्यासाठी तुम्ही माझ्या प्रश्नाला 'हो' म्हणाला असतात तर मला माझं मन कदाचित आवरलं नसतं.'

'पण ह्या कुठं आहेत ?'

'ही वारली !' —मी सुन्न झाले. काय बोलावं, कळेना.

एक मिनिट रमेश गॅलरीत जाऊन उभा राहिला आणि परत आत आला तो माझ्याजवळ-समोर टेबलाच्या टोकावर बसला.

'हिचं नाव मंगला ! रूपाप्रमाणेच मंगल होती. तिचा-माझा स्नेह जमला, स्नेहाचं प्रेम झालं त्या वेळी मी बी. एस्सी. शिकत होतो. तिच्याशी मी लवकरात लवकर लग्न करणार होतो. पण त्यापूर्वीच तो प्रकार घडला. मी पास झालो, तुम्हांला माहीत आहे. वडील-भाऊ वरच्याच मजल्यावर राहतात. त्यांचे-माझे संबंध त्या एका प्रसंगामुळे तुटले. ही राहाती खोली आता मालकीची आहे, फक्त माझ्या ! ह्याच खोलीत माझ्या गतजीवनातली महत्त्वाची प्रकरणं घडली—गाजली. ह्या खोलीनं मला भविष्यकाळ दाखवला. भूतकाळात मी जेव्हा हादरलो, तेव्हाही ह्याच खोलीत सावरलो ! गोष्ट जुनी आहे. पण काल घडल्या प्रमाणं वाटते. वळवाचा पाऊस आला ! एकाएकी आल्यास नवल नव्हतं. मंगला रस्त्यावरून चालली होती. तिला मी बोलावलं—आणि तेव्हा—तेव्हा बेभान झालो. विवाहरज्जूंनी बद्ध झाल्यावर जो स्वर्गीय क्षण मिळवायचा, तो आम्ही लग्नापूर्वीच मिळवला. मोठा पुरुषार्थ गाजवला अशातला भाग नाही, पण प्रामाणिकपणे सांगायचं झाल्यास, माझ्या हातून आततायीपणा घडला असं अजून मला वाटत नाही. कारण ती

उत्कटता, तो कैफ—ह्यांच्याशी मी प्रामाणिक आहे. मंगल मात्र नंतर घाबरली. मी तिला परोपरीनं समजावलं, पण ती घाबरली. मग शिक्षण बाजूला ठेवून नोकरीला बाहेर पडलो. त्या महिन्याभरात मी समाधानकारक नोकरीसाठी फिरलो. ज्या दिवशी नोकरी मिळाली त्याच दिवशी मंगलेचा भाऊ माझा शोध घेत घेत आला. त्यानं एकदम चढ्या सुरात बोलायला सुरुवात केली. मी त्याच्या बहिणीचं वाटोळं केलं, तोंडाला काळोखी फासली, नाव बद्दू केलं. एक ना दोन ! माझं काहीही ऐकून घ्यायला तो पट्ट्या तयार नव्हता. आणि सर्वांत शेवटी त्यानं फार मोठा धक्का दिला. मंगलेला दवाखान्यात नेऊन औषधोपचार करून सगळ्या प्रकारचा बंदोबस्त केला ही गोष्टही त्यानं अभिमानानं सांगितली. हे समजल्यावर मात्र मी फार वैतागलो. मी त्याला बोललो, 'माझ्या उतावीळपणानं मंगलेचं काहीच नुकसान झालेलं नाही. तुम्ही जो मध्ये अव्यापारेषु व्यापार केलात त्यानं केवळ मंगलेचंच नाही, तर माझंही नुकसान केलं आहेत. मीच तुमच्यावर कायदेशीर इलाज करू शकतो. माझ्या हातून जे घडलं त्याचे परिणाम मी नाकारत नाही. मंगला माझी आहे. तुमची नाहीच.'

—माझ्याकडून असा काही आक्षेप घेतला जाईल ह्याची त्याला कल्पना नव्हती. न बोलता तो निघून गेला. मी नोकरीसाठी बाहेरगावी गेलो. मंगलेला रोज एक पत्र पाठवत राह्यलो. मात्र मंगलेच्या प्रत्येक पत्रात- 'तुमचं पत्रं का नाही ?' हा सवाल होता. माझी पत्रं तिच्यापर्यंत पोचत नव्हती. माझी पत्र तिच्यापर्यंत पोचू न देता माझ्याविषयी तिच्या भावानं तिला काय वाटेल ते सांगितलं. तिचे कान कसे भरवण्यात आले हेही मला सविस्तर समजलं. पण मी काही उपाययोजना करू शकलो नाही. एवढ्या गोष्टी हाताबाहेर गेल्या.'

'म्हणजे ?' - दाटलेल्या आवाजात मी विचारलं.

'माझ्याबद्दल खात्री न वाटून मंगलेनं जीव दिला. भावानं जे मध्यंतरी उपद्व्याप केले तेही तिला पेलवले नव्हते. ह्या प्रकारामुळं सगळ्यांनी संबंधच तोडले ! का म्हणून कुणाला जाब विचारायचा ? तेव्हापासून ठरवलं, जीवनातली जेवढी दालनं बंद करता येतील, तेवढी करायची. पण केव्हा केव्हा मूळ स्वभाव उसळून येतो. वाटतं की, जगाला कशाला भ्यायचं ? लोकांची एवढी पत्रास का ठेवायची ? स्वत:ला शुद्ध वाटेल ते करायचं. निर्भीडपणे करायचं. करण्यापूर्वी विचार, केल्यावर नाही ! लोकांचे चांगले समज होवोत वा वाईट होवोत. मात्र आपल्यावर कुणाला अवलंबून ठेवायचं नाही. पाठीमागं आशातंतू निर्माण करायचे नाहीत. सौख्य—अत्युत्कट सौख्य एकदाच जीवनात आलं. वळवाच्या पावसासारखं आलं. विजेसारखं चमकलं-

त्याच वेगानं लुप्त झालं ! अत्युत्कट सौख्याचे क्षण जीवनात एकदाच येतात. तो क्षण मला मंगलेच्या सहवासात मिळाला. त्या क्षणाची किंमत म्हणून तिनं मृत्यू जवळ केला. आत्महत्येवर आपला विश्वास नाही. जीवनावर आहे. म्हणून मी जगतोय. मात्र एकटा ! त्या क्षणाची किंमत तिनं तशी मोजली. मी अशी मोजणार आहे. आता माणसं नकोत. नुसत्या आठवणी पुरेत. सहवास नको कुणाचा, नुसता कैफ पुरे ! तुम्ही भेटलात—जरा मी चळलो. तुमच्याकडे मन धावत होतं. पण परत त्या दिवसाच्या पावसानं मला सावरलं. तुम्हाला मी आणि पावसानं मला त्या वळवाच्या सरीची आठवण दिली. मंगलेला आणलेली साडी तुम्हाला नेसायला दिली. आणि मग शांत शांत वाटत स्वत:ला सावरू शकलो. कदाचित घसरणार होतो. प्रतारणा होणार होती. सांगा मला, एवढ्या निष्पाप, भाबड्या मुलीच्या-क्षणभरच लाभलेल्या प्रेमाशी मी बेमान व्हावं का ? बेईमानी व्हावं का ?'
—माझ्याजवळ शब्द नव्हते. मी मानेनं नकार दिला. जिना उतरताना 'Pride and Prejudice' मधलं पहिलंच वाक्य आठवलं,

'It's a truth, universally acknowledged that the single man, with bright future-must be in want of a good wife !'

❑

"वहिनी आज तुमच्या लग्नाची पहिली रात्र.
आज तुम्ही एकमेकांना 'प्रेम, प्रेम' म्हणत अनेक
थापा माराल. एकमेकांना सुखी करू म्हणत,
वाटेल त्या शपथा घ्याल, आणि थोड्याच
दिवसांत स्वत:च्या मर्यादा ओळखून कष्टी व्हाल.
म्हणून खऱ्या अर्थानं म्हणतो, 'सावधान !' ''

पाळणा

मीरेच्या गळ्याभोवती हातांचा विळखा घालीत मुलं एकदम म्हणाली, 'आई,
आम्हाला गोष्ट सांग.'
—पण मीरा गोष्ट सांगण्याच्या मन:स्थितीत बिलकूल नव्हती. केवळ मुलांचं
लक्ष दुसरीकडे वेधायचं म्हणून ती म्हणाली,
'तुम्हीच आज बागेत काय काय गंमती केल्यात ते सांगा. आज जयाचा
वाढदिवस होता ना ? तेव्हा मी आज ऐकणार. तुम्ही गंमती सांगायच्या.
बोला !'
—गाल फुगवीत विजय म्हणाला, 'फूस, आम्ही काय सांगणार ? काही
गंमतच आली नाही बागेत.'
'का बरं ?'
'कशी येणार ? हा जया, एकदम भित्री भागुबाई. झोपाळ्यालाच घाबरतो.
मॅडोबा आहे.'

'होय रे, जया ?'
'आई, मला भीती वाटते त्याला काय करू ? मॅडोबा का म्हणतो मला हा ?'
असं म्हणताच जयानं विजयच्या हाताला चिमटा घेतला. विजयनं बुक्का मारला. मीरा एकदम उठत म्हणाली, 'मी जाऊ ?'
'नको, आई.'
'मग मारामारी बंद. विजा, तू मोठा आहेस.'
'नेहमी जयाचं कौतुक कर. मी मोठा म्हणून मला रागव. त्याला सांग ना काही तरी. तो का झोपाळ्याला घाबरतो मग ? मी त्याला बागेत नेणार नाही आता.'
—विजयची समजूत घालायची म्हणून मीरा म्हणाली,
'तो कनई, त्याच्या काकांसारखा झालाय. काका असेच झोपाळ्याला फार भितात.'
'का, पण ?' विजयनं परत विचारलं.
'आता कारण कसं सांगू ?
कारण कसं सांगू ? —असं मीरा म्हणाली, आणि जे विसरायचा तिचा दिवसभर प्रयत्न चालला होता ते तिला जास्त तीव्रतेने आठवायला लागलं.
—डोळ्यांसमोर उभं राह्यलं ते तिचं स्वतःचं लग्न. चार लग्नकार्यांतून तिनं जशी धामधूम पाह्यली होती, तशीच धामधूम तिच्याही लग्नात झाली होती. बहुतेक लग्नकार्यांतून, यायला हवी असलेली मंडळी येऊनही एखाद्याच न आलेल्या व्यक्तीची, जमलेली मंडळी वाट पाहतात. वारंवार त्या व्यक्तीचा विषय निघतो. तो किंवा ती आल्याशिवाय राहणारच नाही, अशी सारखी हमी दिली जाते. कोणी त्या व्यक्तीच्या तऱ्हेवाईकपणाच्या हकिकती सांगतो, कुणी तापटपणाच्या, तर कुणी विनोदी. पण त्या व्यक्तीच्या सर्व विक्षिप्त वैशिष्ट्यांसह प्रत्येकाला ती व्यक्ती यायलाच हवी असते.
—मीराच्या लग्नात पण अशी एक व्यक्ती होतीच. तिच्या सासरची व्यक्ती. कुणी लांबची नव्हे. फार जवळची. मीरेचा सख्खा दीरच.
—मीरेला सासरची तशी फारशी कुणी नव्हतीच. सासू नाही, सासरा पण नाही. एकुलता एक दीर. तो काहीसा विक्षिप्त. मीरेला बघायला जेव्हा अच्युत गेला होता, तेव्हा मीरेच्या वडिलांना त्यानं सर्व माहिती दिलीच होती. पुण्यात वडिलोपार्जित राहतं घर होतं. अच्युतला चांगली नोकरी होती. एकच भाऊ - अरविंद, पण तो विरक्त होऊन गावोगाव भटकत होता. मीरेच्या वडिलांनी विचार केला, की ज्याच्याबरोबर आयुष्य काढायचं आहे. तो जाणता आहे, मिळवता आहे, घर आहे, पत आहे. संसाराला आणखी काय लागतं ? त्यांनी

एवढ्या सरधोपट विचारानं जावई पसंत केला. कार्य उभं राह्यलं.

—पण अच्युतचं मन कार्यात नव्हतं. त्याची नजर सतत भिरभिरत होती. लहानशा खिडकीतून एखादं पाखरू खोलीत शिरावं आणि मग त्याला बाहेर जाण्याची वाट सापडू नये; ते खोलीत असतं, पण खोलीत नसतं-तसं अच्युतचं झालं होतं. कार्य त्याचं होतं, पण तो कार्यात नव्हता.

—आणि तेही साहजिकच होतं.

घरातलं पहिलं कार्य. वडिलधारं माणूस घरात नाही. लांबचे काका-मामा, स्नेही-सोबती जमले होते, पण एकच भाऊ, तोही नसावा-?

—मीरा खाली मान घालून वावरत होती, पण वरपक्षातील मंडळींची ही घालमेल तिला जाणवत होती. स्वत: अच्युत दोघा-तिघांना म्हणताना तिनं ऐकलं होतं,

'अरविंद आज कसंही करून यायलाच हवा.'

'त्याला कळलंय का पण ?'

'असणारच. देशपांड्यांकडून कळलं असणार.'

—असे संवाद मधूनमधून होत होते.

—अक्षता पडायची वेळ आली. अंतरपाट धरला गेला. अंतरपाट धरलेल्या गुरुजींनी रिवाजाप्रमाणं पहिलं कडवं म्हटलं. मीराची एक मावशी त्यानंतर एक 'मंगलचतुर्थक' म्हणणार होती. पण तिचा स्वर सुरू व्हायच्या आतच दरवाज्यातून एक सणसणीत, तारसप्तकातला खडा आवाज कानांवर पडला. आवाजाच्या दिशेकडे सगळे जण हातातल्या अक्षतांसकट गर्रकन फिरले आणि मीरेच्या कानांवर शब्द आले-

'अरविंद आला !'

—करवली मीरेच्या कानात पुटपुटली - 'भावजी आले तुझे.'

—आणि त्या लहानशा पण सुबक आणि गजबजलेल्या कार्यालयाला निराळाच वेग आला. वरपक्षाकडील मंडळींची प्रतीक्षा संपली. ती मंडळी फुलून गेली, आणि पर्यायानं वधूपक्षही मोकळा झाला. तोवर त्या सर्वांना 'इरेत' पडल्यासारखं वाटत होतं. अक्षता पडल्यावर एक घोळकाच अरविंदभोवती जमला. अच्युत व मीरा आता संपूर्णत: भटजींच्या ताब्यात गेली. त्याचं महत्त्व थोडंफार कमी झालं, आणि सगळे अरविंदभोवती जमले. कुणाच्या मते तो 'वाळला' होता, कुणाला तो 'सुटल्यासारखा' दिसला.

—त्यानंतर सगळ्या कार्यालयाचा ताबा अरविंदनं घेतला. तो दिवसभर भिंगरीसारखा कार्यालयात फिरत होता. प्रत्येकाला हवं-नको ते पाहत होता. पंगतीत वाढत होता. भावाला नाव घेताना उखाणे सुचवित होता.

संध्याकाळची पानसुपारीची तयारी केली. हॉल सजवला. बँडवाल्याला कोणची गाणी वाजवायची हेही सांगितलं. वरातीत तर तो सारखा मागून पुढं, पुढून मागं फिरत होता, शोभेची दारू उडवीत होता. चौकाचौकात भाऊ-भावजयीवरून नारळ ओवाळून आपटीत होता.

—गृहप्रवेशानंतर जेव्हा नाव ठेवायची वेळ आली, तेव्हा अरविंद पुढं येत म्हणाला,

'अच्युत, नाव बदलायचं नाही. आपल्याला हवा त्याप्रमाणं मुलीचा केवळ स्वभाव बदलायचा असतो, नाव नव्हे.'

—मीरानं चमकून वर पाहिलं. अरविंदची आणि तिची प्रथम नजरेला नजर मिळाली. मीरा हे नाव तिला स्वत:ला आवडलं होतं. केवळ अरविंदमुळं तिचं पहिलं नाव कायम राहिलं होतं.

वधूपक्षाकडची मंडळी परतली आणि जरा स्थिरस्थावर होतं, न होतं तेवढ्यात अरविंद म्हणाला,

'अच्युत मी चाललो.'

'का रे ?' चमकून अच्युतनं विचारलं.

'तुला कारण माहीत आहे. केवळ तुझ्यासाठी नाही आलो मी. नव्या वहिनीसाठी आलो. बरं का वहिनी, तुला धोक्याची सूचना द्यायला आलो. आज तुमची पहिली रात्र. वस्तुत: फार धोक्याची रात्र. पण कुणालाच ते पटणार नाही. ही रात्र उजाडण्यापूर्वीच वास्तविक सगळे, 'सावधान सावधान' —म्हणून अक्षता टाकतात. पण 'सावधान' चा गजर करणारेच त्या क्षणी बेसावध असतात. ही पहिली रात्र चुकवली ती फक्त रामदासांनी. बाकी सगळे... पण जाऊ दे. एवढंच सांगतो की, अच्युत हा माझा मोठा भाऊ. केवळ माझ्याआधी जन्माला आला म्हणून हा मोठा झाला, इतकंच ! आज तुम्ही एकमेकांना 'प्रेम, प्रेम' म्हणत अनेक थापा माराल. एकमेकांना सुखी करू म्हणत वाटेल त्या शपथा घ्याल आणि थोड्याच दिवसांत स्वत:च्या मर्यादा ओळखून दु:खी व्हाल. तेव्हा सावधान एवढंच सांगायला आलो. अच्युत, मी जातो.'

'दोन दिवस थांब, लग्नाला आलास तसा.'

'लग्न म्हणजे काय विशेष रे ? आज पुण्यात सोडतीनशे लग्नं लागली आहेत. त्यात तुमचं एक ! साडेतीनशे दुणे सातशे बेसावध माणसांपैकी किमान दोघांना सावध करावं म्हणून आलो. अच्छा, वहिनी, येतो. आजची पहिली रात्र सावध राहिलात तर संसार जिंकाल.'

—आणि अरविंद निघून गेला.

... 'आई मला झोप येत नाही ग !' विजय म्हणाला. मीरा भानावर आली.
तिनं पाहिलं तर, जया केव्हाच झोपला होता. विजय मात्र जागा होता.
'तुझ्या डोक्यावर तेल घालते. कानातही घालते, म्हणजे येईल तुला झोप.'
असं म्हणत मीरा उठली. हातावर तेल घेऊन ती विजयचं डोकं चोळू लागली.
तिला पुन्हा अरविंदभावजींची आठवण झाली. डोक्यावर व कानात तेल घालून
मुलांना दोन मिनिटांत झोपविण्याची युक्ती त्यांचीच ! मीरा पुन्हा मागचे धागे
पुढं विणू लागली. अरविंद त्याच रात्री गेला. तीन चार दिवसांनी जेव्हा मीरेचा
संकोच कमी झाला, तेव्हा तिनं अच्युतला रात्री विचारलं होतं,
'अरविंदभावजी असे पहिल्यापासून का हो ?'
त्यावर अच्युत सांगू लागला,
'पूर्वी तो फार चांगला होता. हुशार होता. माझ्यापेक्षाही हुशार होता. पण फार
हळवा. आमची आई गेली आणि तो बिथरला.'
'सासूबाई कशानं गेल्या ?'
'अगदी अचानक गेली आई. आम्ही दोघं जेवायला बसलो होतो. बाबा
कामावरून लवकर आले नाहीत त्या दिवशी. आईनं आमची पानं वाढली
आणि म्हणाली, 'बसा तुम्ही. मी बाहेर वाट पाहत थांबते.' आम्ही बसलो.
आमचा पहिला भात संपला म्हणून आम्ही हाका मारू लागलो. आई काही
आत येईना. अरविंद म्हणाला, 'ती फाटकापाशी असेल. तिला ऐकायला नाही
जायचं—' असं म्हणून तो बाहेर गेला. जरा वेळानं त्यानं हाक मारली मला,
म्हणून मी बाहेर गेलो तो, बैठकीच्या खोलीत आपलं ते आरशाचं कपाट
आहे ना, त्याच्या शेजारी आई बसली होती. जवळ जाऊन पाहिलं तर त्याच
अवस्थेत गेलेली. आम्ही नुसतेच हाका मारीत राहिलो. तेवढ्यात बाबा आले.
त्यांनी हंबरडा फोडला— तेव्हा आम्हाला काय झालं ते कळलं.'
-मीरा गप्प बसली. सुन्न होऊन. हा विषय उगीच काढला असं झालं तिला.
पण अच्युत संथ स्वरात बोलत राहिला.
'आईचे आम्ही दिवस केले आणि पंधराव्या दिवशी अरविंद घरातून नाहीसा
झाला. रात्रभर शोधाशोध. आईच्या धक्क्यातून बाहेर यायच्या आत बाबांना
आणखी एक धक्का. पोलिसात खबर दिली. पेपरमध्ये जाहिरात दिली. पण
त्याचा पत्ता नव्हता. शेवटी एक महिन्यानंतर आपल्या साने मास्तरांचं
कोल्हापूरहून पत्र आलं. मी मग ताबडतोब कोल्हापूरला गेलो. साने मास्तरांनी
जवळ जवळ त्याला नजरकैदेतच ठेवला होता. मला पाहून, माझ्या गळ्यात
पडून तो रडेल असं मला वाटलं, पण तो शांत होता. नंतर त्यानं मला जे

काही ऐकवलं, त्यानं मी हतबुद्ध झालो. मी म्हणालो 'अरु, घरी चल.' तो म्हणाला, 'माफ कर. तेवढं एक सोडून काहीही सांग.'

'असा वेडेपणा करू नकोस.' त्यावर तो भडकून बोलायला लागला. 'मी वेडा ? — मी वेडेपणा करतोय ? — अजब आहे. पाश निर्माण करून ठेवणारे तुम्ही वेडे, का सर्वमुक्त होणारा मी वेडा ? मी घरी येणार नाही. तुलाही सांगतो. तुला शहाणं व्हायचं असेल, तर तूही घरी परतू नकोस. अरे, हे घर वगैरे सब झूठ आहे. घर फक्त दु:ख देतं. सर्वांत जवळची माणसं जास्त यातना देतात. उत्तम उदाहरण आईचं आपल्या.' —असंच तो बडबडायला लागला. मी मग बाहेर निघून आलो. पण साने मास्तरांनी मला परत आत जायला लावलं. ते म्हणाले, 'त्याला हवं ते बडबडू दे. त्यानंच तो ताळ्यावर येईल.' मी आत गेल्यावर त्याचं पुन्हा सुरू झालं-

'दुसरं उदाहरण माझं. मी तुझा भाऊ. सख्ख्या. पण गेला महिनाभर मी तुला छळलं की नाही ?' मी म्हणालो, 'आता तू असं करणार नाहीस. पण घरी चल.' अरविंद भीषण हसत म्हणाला,

'घरी ? — मला न्यायला आलास ? — वेडा आहेस. मी जिवंत आहे म्हणून नेशील मला. बांधूनही नेशील, पण मग आईला का नाही अडवलंस ? ती गेली तेव्हा आपण पानावर होतो. आपली सख्खी आई. तिच्या काळजाचे आपण दोन तुकडे. तिचे दोन डोळे. पण तिच्या शेवटच्या श्वासाच्या वेळी तिला पाणी लागलं असेल तर तेही आपण नाही तिला दिलेलं. ये है जिंदगी. एक मुलगी लग्न करते. तिला मुलं होतात. पोटचा गोळा म्हणून ती मुलगी त्या मुलांना तळहातावर वाढवते. तिला आई म्हणतो. आईच्या पोटातून बाहेर येणाऱ्या दुसऱ्या गोळ्याला तो पहिला गोळा भाऊ म्हणतो, आणि हे दोन गोळे चक्क जेवत राहतात, जेव्हा आई शेवटच्या प्रवासाला जाते... तेव्हा. काय अधिकार आहे एखाद्या मुलीला लग्न करण्याचा ? —— काय अधिकार आहे एखाद्या पुरुषाला बाप होण्याचा ? आणि बापाच्या बायकोला आई म्हणून आपण का मानायचं ? — का ? — का ? — ह्याची उत्तरं दे; आणि मग मला घरी चल म्हण.' असं तो मला फाडफाड म्हणाला, आणि मग माझ्याकडे पाठ करून खिडकीतून बाहेर पाहत राहिला. सानेमास्तर मला त्यांच्या खोलीत घेऊन गेले.'

— एवढी हकीगत सांगून अच्युत जरा वेळ थांबला. पण मीरेलाच आता फार उत्सुकता वाटत होती. अधीरपणे ती म्हणाली,

'मग ? - पुढं ?'

'सांगतो ना. पुढं काय ? - साने मास्तर मला म्हणाले, 'त्याला राहू दे आता

एकटाच. तो एवढंही बोलत नव्हता कालपासून. उद्या सकाळी पाहू.' पण
कसचं काय न् कसचं काय ? - सकाळी उठतो तो स्वारी बेपत्ता. माझ्यासाठी
एक मागं ठेवलेलं पत्र. पाहायचंय तुला ?'
'आहे ?'
'तर; अजून जपून ठेवलंय मी. ती पलंगाखालची निळी ट्रंक उघड.'
मीरानं ट्रंक उघडली. 'त्यात डाव्या हाताला एक फाईल आहे ती घे.'
अच्युतनं त्यातलं एक पान काढलं. ते पान आता पिवळं पडलं होतं, पण
मजकूर जसाच्या तसा होता. मीरा वाचू लागली.—
'अच्युत,
मी जातोय. मी घरी आलो रे आलो की, बाबांचा तो त्या दिवशीचा हंबरडा
मला आठवेल. त्या दिवशी हंबरडा फोडणारे बाबाही एके दिवशी मरणार
आहेत. विचार भीषण आहे. निर्दयीपणाचा आहे, पण सत्य आहे. 'मरे एक
त्याचा दुजा शोक वाहे । अकस्मात तोही पुढे जात आहे ।' हेच खरं. माणसानं
माणसं जोडण्याचा आणि मग त्यांना अर्ध्यावर सोडून जाण्याचा काय अधिकार
आहे ? तेव्हा ह्या प्रश्नाला उत्तर नाही. तेव्हा घर नको, माया नको. पाश
नको. तरीही माझा जगण्यावर विश्वास आहे. मी आत्महत्या करणार नाही. तो
भ्याडपणा आहे. आयुष्य आहे तोवर मी जगणार. लोकांची सातत्यानं सेवा
करणार. पण कुठपर्यंत ? ज्या क्षणी मला वाटेल की, ज्यांची आपण सेवा
करीत आहोत ती माणसं आपल्यावर प्रेम करीत आहेत, किंवा आपल्या मनात
त्यांच्याबद्दल माया निर्माण होण्याची शक्यता आहे, तोपर्यंतच राम राम ! -
स्वतःच्या घराबाबतची माझी माया-ओढ जेव्हा पूर्णांशानं नष्ट होईल तेव्हा मी
घरी येईन.

— अरविंद

—पत्र अच्युतच्या हातात देत मीरानं विचारलं,
'मामंजींनी हे वाचलं होतं ?'
'खूप उशिरा. जवळ जवळ दोन वर्षांनी. दोन वर्षांत अरविंद घरी फिरकला
नाही. काशी, रामेश्वर, आग्रा, मथुरा सगळीकडे भटकत होता. मधून मधून
माहिती कळायची त्याची. बाबांनी विचारून मला एकदा हैराण केलं, तेव्हा मी
त्यांना ते पत्र दाखवलं. तीच मी महान चूक केली.'
'का ?'
'त्या पत्राचा त्यांना धक्का बसला. सारखे जाता येता मनाचे श्लोक म्हणायला
लागले बाबा. 'मरे एक त्याचा—' हा श्लोक मोठ्यांदा म्हणायचे, आणि गेले

तेव्हादेखील मनाच्या श्लोकांचं पुस्तक हातात ठेवूनच गेले. बाबा गेले आणि पंधरा दिवसांनी अरविंदाचं पत्र आलं. गृह्यसंस्कार वाचून पत्र पाठवलं होतं. पत्रातही तोच स्वर—'

'काय लिहिलं होतं ?'

'दुसरं काय असणार ? लिहिलं होतं, की लग्न करणाऱ्या माणसानं ही खूणगाठ मारून लग्न करावं, की नवरा किंवा बायको ह्यात कोणी तरी एक नक्की अगोदर मरणार. आपल्या घरात आईचा नंबर प्रथम होता. असो ! हे वृत्त कळलं हे तुला कळावं म्हणून पत्र पाठवलं. मी मन खंबीर केलेलंच आहे. आणि तुझ्यासारख्या भावनाप्रधान माणसावर सांत्वनाच्या शब्दांचा उपयोग होत नाही, तेव्हा इथंच थांबतो.'

—असा हा विक्षिप्त माणूस आपलं लग्न झाल्यावर जेव्हा महिन्यानं समोर येऊन उभा राहिला, तेव्हा मीरेला आश्चर्य वाटलं; आनंदही वाटला. मीरेकडे पाहत अरविंद म्हणाला,

'राहायला आलोय.'

-बस्, एवढंच. त्यावर संध्याकाळपर्यंत काही संवादच नाही. अच्युत कामावरून परतला तेव्हा दोघांनी एकत्र चहा घेतला. तोही गुपचूप.

'केव्हा आलास ?'

'दुपारी.'

'बरा आहेस ना ?'

'मला काय होणार आहे !'

'काही होऊ नये हीच इच्छा आहे.'

'चांगला आहे. पण केव्हा तरी, काही तरी होणारच.'

—मग दोघे गप्प बसले.

दुसऱ्या दिवशी सकाळी मीरा उठते तो बंब पेटलेला, अंगणात सडा घातलेला, दूध तापवलेलं आणि चहाचं आधण ठेवलेलं.

'भावजी, कशाला त्रास घेतलात ?'

'तुम्ही महिनाभर करीत आलात तेव्हा त्रास झाला का ?'

'ते निराळं.'

'मग हेही निराळं. वहिनी, लक्षात ठेव. ज्यात स्वत:ला आनंद आहे तेवढंच काम माणूस करतो. दुसऱ्यासाठी झिजणं वगैरे ह्या थापा असतात. चंदनाची उपमा माणसाला देऊन कवि-लेखक चंदनाची बदनामी करतात. माणूस स्वार्थी असतो. तेव्हा मला काही विचारू नका. आणि ज्या दिवशी माझ्यावर माया वगैरे कराल त्या दिवशी मी तुम्हाला नको आहे असं मी समजेन आणि घर

सोडीन. माझ्यावर प्रेम करून मला नंतर दुःखी करण्याचा तुम्हाला अधिकार नाही. तुमचं अच्युतशी लग्न झालंय.'

—त्या फटकळपणातली प्रांजलता बोचली, आवडली. आणि मग एखादी घरातली बाई काय काम करील अशी अरविंदची त्या घरात सेवा सुरू झाली. अच्युत मीरा सिनेमाला जायची. तिकिट अरविंदच काढून आणायचा. त्यांच्या गैरहजेरीत घर संभाळायचा. बाजारहाट करायचा. दिवसाचा क्षण न् क्षण घरासाठी व त्या दोघांसाठी वेचायचा. पण जिभेवर जसा सतत ओलावा असतो, तसा त्याच्या जिभेवर कायमचा फटकळपणा ठेवलेला.

—मीरेला दिवस राहिले आणि अच्युतपेक्षा अरविंदचीच धावपळ सुरू झाली. त्याचा मीरेवर जणू चोवीस तास खडा पहारा सुरू झाला. तो मग अधून मधून स्वयंपाकही करू लागला. त्याच्या हाताला गोडी आली, पण वाणीला गोडी कधीच आली नाही. मीरेच्या मनाची ओढाताण मात्र निराळ्याच तऱ्हेची व्हायची. खूप खूप प्रेमानं, वात्सल्यानं, चार कृतज्ञतेचे शब्द अरविंदशी बोलावेत अशी तिला भूक होती, तळमळ होती. पण नेमकं हेच व्यक्त करायला तिला मज्जाव होता. केवळ एकदाच अरविंदला यायला उशीर झाला होता आणि मीरा त्याच्यासाठी जेवायची थांबली होती. त्या वेळेला तो तिच्याबरोबर जेवला होता.

'वहिनी, आज जेवायला थांबलीस. तुला उपास घडू द्यायचा नाही म्हणून मी जेवलो. पण मला ही माया नको आहे. प्रेम नको आहे. उद्या मी जेवणार नाही शिक्षा म्हणून. तू मात्र जेवायला हवंस.'

—आणि अरविंद दुसऱ्या दिवशी उपाशी राह्यला. अश्रूच्या एका एका थेंबाबरोबर मीरा घास मोजीत जेवली.

मीरेचं पहिलंवहिलं बाळंतपण; पण मीरा माहेरी गेली नाही. तिनं आईलाच आपल्या घरी बोलावून घेतली. मनातला विचार तिनं फक्त आईला बोलून दाखवला, 'मी माहेरी आले तर भावजी जातील कुठं तरी. लोकांच्या घरी ह्यांनी अकारण खपावं, हे मला खपणार नाही. त्यांना सांगायची सोय नाही, पण त्यांनी मला फार फार जीव लावला आहे.'

—मीरेच्या बाळंतपणाच्या दिवशी अख्खी रात्र अरविंदानं जागून घालवली. कोणत्याही वेळी मीरेनं विचारावं, 'हे आहेत का ? - ' आणि तिला कुणी तरी सांगावं, 'अरविंदभावजी आहेत बाहेर.'

—मीराला मुलगा झाला. केवळ तिनंच जन्म दिला म्हणून तिला आई म्हणायचं, पण एकूण एक जबाबदारी अरविंदानं उचलली होती. बारशाचा सोहळा सनई लावून साजरा झाला. पाळण्याला हार-तुरे बांधण्यापासूनची कामं

अरविंदानं केली, पण प्रत्यक्ष सोहळा चालू झाला तेव्हा, तो गायब झाला होता.
मीराच्या आईनं रात्री विचारलं, 'सगळे चौकशी करीत होते, विजयचे काका कुठे आहेत म्हणून !'
—अरविंद म्हणाला, 'त्यात काय झालं ? आज अख्ख्या जगात हजारोंनी बारशी झाली असतील.'
—मीराची आई गप्प बसली.
—मीराची आई घरी लवकर परतली, ती केवळ अरविंदच्या जिवावर.
अरविंदाच्या अंगाखांद्यावर विजय रात्रंदिवस असायचा. मीरा व्यवस्थित झोपायची, तेव्हा रडणाऱ्या विजयला झोके देत देत अरविंद रात्रभर जागा असायचा. मीरेचं अंत:करण भरभरून यायचं, पण त्याचा उच्चार करायला ती मोकळी नव्हती. ती जाणूनबुजून तिच्या दिराबद्दलच्या भावना मारीत होती आणि अरविंद तर सर्व बाजूंनी जागरूकच होता.
—विजय साडेतीन-चार वर्षांचा झाला. अर्थात अरविंदकाकाच्या अंगाखांद्यावर. आणि मीराला दुसऱ्यांदा दिवस राहिले.
पुन्हा मागच्याच वेळेसारखी अरविंदची धावपळ. जणू काही तो संसार त्याचाच होता. अच्युतच ब्रह्मचारी होता, आणि अरविंद गृहस्थाश्रमी झाला होता.
—दुसऱ्या वेळेलाही मीराला मुलगाच झाला. बारशाच्या दिवशी मीरा सहज म्हणाली,
'भावजी, पाळणा माळ्यावर होता. बऱ्याच दिवसांत निघाला नव्हता. आरास करण्यापूर्वी दोऱ्या तपासून घ्या हं.'
दोऱ्या वरच्या कड्यांत अडकवून अरविंद म्हणाला, 'वहिनी, हे पाहा.'
—आणि अरविंदनं त्या खोलीत ह्या भिंतीपासून त्या भिंतीपर्यंत दोरीला लोंबकळून झोके घेऊन दाखवले.
'तुमचा मुलगा माझ्यापेक्षा तर जड नाही ना ?'
—बारसं आटपलं. विजय बाहेरच्या खोलीत काकाजवळ झोपला होता. रात्री केव्हा तरी अरविंदला जाग आली ती मीरेच्या किंकाळीनं. अरविंद आणि अच्युत धावलेच. पाहतात तो मीरा चक्कर येऊन पडली होती. पाळणा दोरी सुटून किंवा तुटून खाली कोसळला होता आणि पाळण्याखालून रक्ताचा पाट वाहत होता.
आठ दिवस अन्नपाणी वर्ज्य करून अरविंद, आई गेली होती त्या जागी बसून होता. अच्युतनं आणि मीरेनं त्याला जबरदस्तीनं जेवायला लावलं. तोही मुकाट्यानं जेवला. पण दुसऱ्याच दिवशी घर सोडून निघून गेला.

महिन्यानं तो परतला तो एक मुलगी बरोबर घेऊन.
'हिच्या पाया पड. ही तुझी थोरली जाऊ.'
—मीरानं त्या मुलीकडे पाहिलं आणि स्त्री असूनही तिला कसंसंच वाटलं. वर्ण काळा, तोंडावर देवीचे वण, काटकुळी, केस आखूड, चुकूनही सौंदर्याचा स्पर्श होणार नाही अशी दखल घेऊन विधात्यानं घडवलेली मूर्ती ! दुसऱ्या दिवसापासून त्या दोघांनी घराचा कबजा घेतला. अरविंदचं सेवाव्रत सुरू झालं. विजय पुन्हा त्याला चिटकला आणि थोड्याच दिवसांत मीरेला कळून चुकलं की, भावजी पण आता बाप होणार आहेत. अरविंद मात्र स्थितप्रज्ञ होता. तो कधी बायकोशी हसून बोलला नाही. मोहरला नाही. तशी ती नव्हती हेही खोटं नव्हतं. पण उघड्या डोळ्यांनी तिचा पत्नी म्हणून स्वीकार केल्यावर भाऊजींनी असं वागायला नको, असं मीराला हजार वेळा वाटून गेलं. कुरूपता हा देहाला मिळालेला शाप होता. स्त्रीसुलभ मनाच्या ठेवणीचा, भुकेचा त्या शापाशी काय संबंध होता ?
—तिच्यावर प्रेमाचा वर्षाव करायला मीरानं सुरुवात केली आणि ती भाबडी कुरूप पोर खुलू लागली.
—मीरेच्या बाळंतपणाच्या वेळी रात्ररात्र फेऱ्या मारणारा अरविंद स्वत:च्या बायकोच्या वेळी विजयला खेळवीत घरी बसला होता. पहाटे सहा वाजता मीरा धावत घरी आली. अंगणात सडा घालणाऱ्या अरविंदच्या हातातली तपेली हिसकावून घेत ती म्हणाली,
'भावजी, चला असेच्या असे. तुम्हाला मुलगा झाला.'
—अरविंद निघाला. तो व मीरा दवाखान्यात आली. मीरा फुलून फुलून मोकळेपणी सांगत होती,
'भावजी, खरं बोलते, रागावू नका. मुलगा आईच्या रूपात गेला असता तर पंचाईत होती. पण मुलानं सगळं तुम्हा भावाभावांचं रूप घेतलं. राजबिंडा दिसेल. वजनही चांगलं आहे.'
कोरड्या स्वरात अरविंद म्हणाला, 'तुला आवडला ?'
'मलाच काय, कुणीही खूष होईल.'
—त्यानंतर बोलावं की न बोलावं असा विचार करीत निग्रहानं मीरा म्हणाली, 'भावजी, एक तुम्हाला सांगते. तुम्हांला आवडो अथवा न आवडो. जाऊबाईंना माहेरनं कुणीच नाही. त्यांचं एकमेव आशास्थान तुम्ही व आता ते मूल. त्यांना जरा प्रेमानं वागवा. त्यांचं बाळंतपण अवघड होतं. टाके पडले आहेत. कमीत कमी त्यांचा मुलगा मोठा होईतो नीट वागा.'
'तिचा मुलगा ?'

'हो ! म्हणजे काय ? — मला तुमचा प्रश्न कळला नाही.'
'कळेल लवकर.'
आणि बारशाच्याच दिवशी बायकोच्या हातातलं मूल मीरेच्या हातात देत अरविंद म्हणाला,
'वहिनी, ह्याला घ्या. आमचा ह्याच्यावर आजपासून हक्क नाही.'
'भावजी, काय हे भलतंच बोलता ?'
'भलतंच नाही. हे असंच ठरलं होतं. हिला मी पहिल्याच दिवशी म्हणालो होतो, की पहिल्या मुलावर आपला हक्क नाही. वहिनीला मूल आवडलं तर ते मूल तिचं. काय ग ? खरं ना ?'
—त्या अजाण पोरीनं मान हालवली.
अरविंदसमोर बोलण्यात काही अर्थच नव्हता. मीरा मग म्हणाली,
'जाऊबाई, मन:स्ताप करून घ्यायचा नाही. तुम्हाला खूप जपायला हवं आहे. एकाच घरात आपण राहणार आहोत. भावजी आहेत विक्षिप्त. त्यांच्या ह्या बोलण्याकडे लक्ष नाही घ्यायचं, आपल्या मुलाकडे पाहायचं.'
—पण ती पोर खचली होती. कढ दाबीत, मीरेच्या कमरेला मिठी मारीत ती म्हणाली,
'जाऊबाई, आम्ही हे घर सोडून जाणार आहोत. तुम्हाला जय आवडला. ह्यांनी सांगितलंय, मुलगा नाही तर नवरा, एकाचीच निवड तुला करावी लागेल. मी त्यांच्या पायावर हात ठेवून शपथ घेतली काल. तुम्ही खरंच जयाला संभाळा माझ्या, त्याला थोडं तरी प्रेम लाभेल. आमच्या दोघांच्या राज्यात तो सुकेल, कोमेजून जाईल.'
—मीरा हतबुद्ध झाली, दिङ्मूढ झाली. तिच्यापुढं केवळ प्रश्नच प्रश्न उभे राहिले.
आणि हे सगळे प्रश्न एकाएकी सुटले.
—अरविंदची बायको खचून खचून, मानसिक धक्क्यानं ह्या जगातून निघून गेली. ती गेली आणि मग मात्र एक दिवस मीरेचा तोल सुटला. अरविंदसमोर जाऊन ती म्हणाली,
'भावजी, शेवटी तुम्ही तुमच्या बायकोला मारलीत.'
अरविंद शांतपणं म्हणाला,
'ती लग्नापूर्वीच मरायची होती. लग्न जमत नाही म्हणून जीव द्यायला चालली होती. तिला मी वाचवली, तिला विवाहसौख्य दिलं.'
'खोटं. साफ खोटं. तुम्ही तिचे काय हाल केलेत ते मी पाहिले आहेत. एकदा तरी तिला मायेनं स्पर्श केलात का !'

'जे माझ्याजवळ नाही ते मी कुठून देणार होतो ? - मला असं पोळून घ्यायचं नव्हतं. नवऱ्याला कर्तव्यात साथ देण्यासाठी स्त्री हवी असते. समाजकार्य करण्यासाठी सहचरी हवी असते. इतरांच्या ऋणातून मुक्त होण्यासाठी पत्नी हवी असते. एका मुलाला जन्म देऊन तिनं महान कार्य केलं. सार्थक करून मेली. काय बिघडलं ?'

'वाटेल ते म्हणा. अपराध नसताना तुम्ही तिला मारलीत.'

—आवेगानं अरविंद थरथरून उठला. त्याच्या डोळ्यांत अनेक दिवसांनी पाणी तरारलं. तो डोळ्यातलं पाणी न पुसता बोलू लागला,

'वहिनी, तो एवढासा जीव पाळण्याखाली सापडला, त्याचा काय अपराध होता सांगाल मला ? त्या जिवाचं तेव्हा काय झालं असेल ? — मी किती जळतोय त्या आठवणींनी हे कुणाला माहीत आहे का ? — खूप ठरवलं होतं की जीव गुंतून नाही द्यायचा कुठं म्हणून. पण हरलो. एवढ्या यात्रा केल्या, साधुपुरुष पाहिले, कथाकीर्तनं ऐकली; पण कोरडा नाही राहू शकलो. माया, ममता, वात्सल्य, प्रेम ह्यात मला अडकायचं नव्हतं, पण नाही जमलं. फसलं, फसलं सगळं ! — साफ बुडालो. तुम्ही मला जीव लावायला लागलात. आता माझी धडगत नाही. मला आता जाऊ दे. ज्या माणसाला कुणाचाही वियोग सहन नाही होत, त्या माणसानं अलिप्त राहावं. बाभळीच्या झाडासारखं राहावं. काटे बाळगावेत म्हणजे कुणी जवळ करीत नाही, जवळ येतही नाही. मी जातो. मला अडवू नका. जयाला संभाळा. मी थोडासा ऋणमुक्त झालोय. मी येईन, पण आणखी पाच वर्षांनी येईन. 'हा भावजींचा मुलगा' असं तुम्हाला आणखी पाच वर्षांनी वाटलं, तर जयाला उचलीन आणि जाईन. त्या वेळेला मात्र प्रतारणा करू नका. जे खरं वाटेल ते सांगा बेधडक.'

—अरविंद एवढं बोलून निघून गेला.

—जया झोपाळ्याला घाबरतो हे विजयनं सांगितलं आणि मीराला हे सगळं आठवून गेलं. सगळा इतिहास आठवता आठवता तिचा डोळा लागला. सकाळी चहाचा कप अच्युतला देत असतानाच अच्युत म्हणाला, 'काल अरविंद येऊन गेला.'

—मीराच्या हाताला कंप सुटला. हातातला कप पडेल ह्या भीतीनं तिनं तो कप पटकन ओट्यावर ठेवला. भावजी मुलाला नेतील का ह्या विचारापाशी तिच्या गळ्याशी हुंदका आला. गेल्या पाच वर्षांत जयानं तिला वेड लावलं होतं. देव करो आणि भावजींकडून मूल मागायचा विक्षिप्तपणा न होवो. तशी शक्यता कमी होती तरी तिनं भीतभीत विचारलं,

'केव्हा आले होते ? काय म्हणाले ? राहिले का नाहीत ?'

'रात्री साडेअकराला आला होता. इथली सजावट, फुलांच्या माळा पाहून
विचारतो, 'आज काय होतं ?'

मी म्हणालो, 'जयाचा वाढदिवस.' मग म्हणाला, 'जया कुठं आहे ?'

'बरं मग ?'

'मी त्याला दाखवलं. तुम्ही झोपलेले होतात. दोन्ही मुलं तुझ्या गळ्यात हात
टाकून झोपलेली त्यानं पाहिली आणि तो म्हणाला, 'माझं काम झालं. मी
जातो.' आणि लगेच गेला. चक्रमपणा गेला नाही त्याचा अजून.'

—मीरानं श्वास सोडला ! डोळे टिपले !!

◻

“अजून इथं एकेका दिवसाच्या वयाची मुलं तुम्ही आणता. कोवळीकोवळी लाल-लाल, निराधार, निष्पाप जीव त्यांची इच्छा नसताना ती ह्या जगात आलेली ! ज्या तऱ्हेनं अठरा वर्षापूर्वी मी इथं आले, त्या तऱ्हेनं.”

पपा

‘वर्तमानपत्रांची जुडी लक्ष्मणनं समोर आणून ठेवली. मी यंत्रवत हात पुढं केला. सगळ्या संवेदनाच खरं तर बधिर झाल्या होत्या. म्हणजे इतक्या की, वर्तमानपत्र उघडणारा हात माझा होता, की आणखीन कुणाचा, ह्याचाच काही काळ संभ्रम पडला.

सगळ्या वर्तमानपत्रवाल्यांनी, छायाचित्रासकट पहिल्याच पानावर बातमी दिली होती,—

‘नानासाहेब देशमुख ह्यांचं दुःखद देहावसान.’

त्या फोटोकडे आणि रकानेच्या रकाने भरून आलेल्या मजकुराकडे मी पाहत बसले. त्या मजकुराचा अर्थ डोक्यात शिरतच नव्हता. अक्षरं पण चित्रासारखीच वाटत होती. आणि ती अक्षरं जरी समजली असती तरी असा काय फारसा फरक पडला असता ?

नानासाहेब देशमुखांचा जीवनवृत्तांत त्या वर्तमानपत्रवाल्यांनी देशमुखांच्या खुद्द

मुलीलाच काय सांगावा ?

होय.

नानासाहेब देशमुख — ह्या नावाचे लक्षाधीश गृहस्थ माझे वडील.

आता 'होते' असं म्हणायला हवं.

काल सकाळी साडेअकरा वाजता देशमुखांनी इथली यात्रा संपवली. अंत्ययात्रा दुपारी चार वाजता निघाली आणि काल संध्याकाळी सात वाजता, सगळं-सगळं संपलं.

अफाट कर्तृत्वशाली, दानशूर, प्रेमळ अशा वर्तनाचे देशमुख, जड रूपानं पण ह्या जगात राह्यले नाहीत. आत्ता, अगदी ह्या क्षणी काय वाटतंय हे मी कसं सांगू ?

सगळ्या आयुष्याचा गुंताच झालाय.

खऱ्या भावना, माया, प्रेम, वात्सल्य — कशा-कशाचा उलगडाच होत नाही. हे शब्द तरी कसे तयार होतात, कोण करतं-काही उमजत नाही.

जन्मदात्या आईबद्दल, बापाबद्दल अगदी प्रथम मुलाला जे काही वाटलं असेल किंवा आईबापांना अपत्याला पाहून जे काही वाटलं असेल, त्याला वात्सल्य म्हणायचं, हे खरंच प्रथम कुणी ठरवलं असेल ?

का ठरवलं असेल ?

त्या भावनांना तो शब्द जर अख्ख्या जगानं, मानवजातीनं जर मान्य केला असेल, तर मला देशमुखांबद्दल ते तसं का वाटलं नाही ?

संस्कारांचा परिणाम एवढा जबर असतो ?

मग ज्याला 'रक्त रक्त' म्हणतात, त्याचं काय ?

सगळ्या संकेतांना झुगारून देऊन रक्ताकडे रक्त धावायला हवं.

हे हवं आणि ते हवं.

खरं काय हवं हे जिंदगी संपली तरी कधी कळत नाही. केव्हा केव्हा काय हवं हे कळतं, पण ते कधीच मिळणार नाही हे पण समजतं.

नानासाहेब देशमुखांचं असंच झालं.

पैसा होता, पत होती, नाव होतं, लौकिक होता, शिक्षण होतं, संस्कार होते, सरकार-दरबारी मान होता, दरारा होता, दाराशी तीन-तीन मोटारी होत्या, आरोग्य होतं. मिळवायचं राह्यलं असं काही उरलं नव्हतं.

पण ते दुनियेच्या दृष्टिकोनातून.

त्यांची एक अगदी छोटीशी इच्छा अपुरी राहिली होती. मी त्यांना एकदाच 'पपा' म्हणून हाक मारावी एवढीच त्यांची इच्छा अपुरी राह्यली होती.

आणि ती मात्र राह्यली ती राह्यलीच !

त्यांची ती एवढीशी इच्छा मी पुरी का केली नाही ? मला एवढा ताठा का ? कसला अहंकार होता ? 'शब्द बापुडे केवळ वारा' असं कोणत्या तरी कवीनं म्हटलं आहे. मग 'पपा' या दोन अक्षरांना काय अर्थ होता ?

होता. अर्थ होता. जो देशमुखांना माहीत होता, जो मलाही माहीत होता. ह्याच अर्थापोटी 'पपा' ही हाक देशमुखांना माझ्या तोंडून ऐकायची होती आणि त्याच अर्थापोटी मला तशी हाक कधी मारवली नव्हती.

आणि म्हणूनच आता ह्या क्षणी सगळा गोंधळच गोंधळ झाला आहे.

जी माझी आई नव्हती, जिचा माझा कसला म्हणजे कसलाही संबंध नव्हता, ती बाई मला आई वाटली. मला 'आई' म्हण, असं तिनं न सांगता मी तिला आपण होऊन 'आई' म्हणून हाक मारू लागले आणि ज्यांचा व माझा खरा रक्ताचा संबंध होता त्यांना मला कधीच 'पपा' म्हणावंसं वाटलं नाही.

आयुष्य चमत्कारिक. ठिकठिकाणी फसवी वळणं घेत घेत आलेलं. माणूस म्हणजे काय, हे फार निराळ्या तऱ्हेनं समजावून देणारं आयुष्य वाटणीला आलेलं.

अवती-भवती आजूबाजूला अशीच सगळी फसलेली, फसवलेली माणसं.

त्या सर्व वाट न सापडलेल्या कोकरांत, दीपस्तंभासारखा स्थितप्रज्ञ, जवळ घेऊन प्रकाश दाखवणारा एकच एक मोठा— म्हणजे प्रचंड पुरुष होता.

त्याला पुरुष म्हणावं, पुरुषोत्तम म्हणावं, देवदूत, की प्रत्यक्ष देव...

आज तेही कळत नाही.

तसं कधीच कळलं नाही.

त्या पुरुषोत्तमाकडे पाह्यलं की मनात यायचं, ह्या माणसाला हा व्याप कुणी सांगितला आहे ?

ह्या माणसानं लग्न करावं, संसार करावा, मुलाबाळांत तृप्तीनं जगावं !

रोज नव्यानं झोप उडवणारा हा व्यवसाय ह्याला कुणी करायला सांगितलाय ?

पण नाही.

हे कुणी सांगावं लागत नाही.

प्रत्येकजण जन्माला येताना जसा आपापला देह आपल्याबरोबर घेऊनच जन्माला येतो, त्याप्रमाणे, त्याच वेळेला हे असलं काहीतरी वेड पण घेऊन येतो प्रत्येकजण !

तसा तो शहाणपणाच.

पण मी त्याला वेड म्हणते. शहाणपणाचं देखील वेड घ्यावं लागतं, तर तो शहाणपणा शेवटपर्यंत टिकतो. त्या वेडाचं विस्मरण झालं की, चांगली चांगली, शहाणी सवरती माणसं पण वेड्यासारखी वागतात.

अगदी ऐन तारुण्यात ती शहाणी माणसं वेड्यासारखी वागतात. करू नये ते करतात. आणि अशा लोकांचं करू नये ते केलेलं निस्तरण्यासाठी देवकुळ्यांसारखा माणूस असलं एखादं कायमचं वेड घेतो.

माझ्या वयाच्या अठराव्या वर्षी देवकुळे गुरुजींनी मला नानासाहेब देशमुखांची ओळख करून दिली, 'ह्यांना नमस्कार कर. हे तुझे पपा, नानासाहेब देशमुख.'

यांत्रिक हालचाल व्हावी तसे मी हात जोडले.

भावनेचा लवलेश त्यामागं नव्हता. आदर होता; पण तो कोणत्याही वडील आणि दारशूर व्यक्तीबद्दल असावा तेवढाच.

नानासाहेब देशमुख हे नाव तसं अपरिचित नव्हतं आश्रमाला. देणगीदारांच्या यादीत देशमुखांचं नाव नेहमीच पहिल्या पाच व्यक्तींत असायचं !

लोकांच्या दयेवर, दानशूरांच्या औदार्यावरच संस्थेचा प्रपंच गुरुजी संभाळत होते, पण तरीही त्यांनी आम्हाला लाचारी शिकविली नव्हती.

आमच्यातली प्रत्येकजण स्वत:च्या पायावर, आत्मविश्वासावर खंबीरपणं उभी राहणारी होती. स्वत:च्या आईवडिलांच्या छायेखाली वाढणाऱ्या भाग्यवान मुलांवर फक्त घराण्याची पत सांभाळण्याची जबाबदारी असते. इथं आमच्यापैकी प्रत्येकीवर एका संस्थेची जबाबदारी होती. ह्या जबाबदारीनं आम्हाला कधी लाचार बनवलं नाही.

नानासाहेब देशमुखांना मी नमस्कार केला तो रीत म्हणून, संस्कार म्हणून. माझे वडील ह्या भावनेनं मात्र नक्कीच नाही.

ती दृष्टी तयारच होत नव्हती.

कशी होणार !

नानासाहेब देशमुख हे खुद्द वडील आहेत हे मला गुरुजींनी सांगितलं. ते मला केव्हा तरी न्यायला येणार आहेत ह्याबद्दल पण समजलं होतं.

त्याचप्रमाणे आमची पहिली भेट झाली.

देशमुख म्हणाले,

'आणखीन दोन दिवसांनी आपल्या घरी राह्यला यायचं. गुरुजींनी सांगितलं ना सगळं ?'

'हो.'

'उद्या संध्याकाळी मी तुला न्यायला येणार आहे. आपण थोडं बोलणार आहोत. तास-दोन तासांनी पुन्हा तुला मी इथं सोडणार आहे. तेव्हा संध्याकाळी साडेसहा वाजता तयार राह्यचं. ही उद्यासाठी साडी.'

गुरुजींनी, मी त्या साडीचा स्वीकार करावा अशा अर्थाची मला खूण केली. मी

ते पुडकं हातात घेतलं, त्यांना नमस्कार केला, आणि माझ्या खोलीत आले. रात्रीची प्रार्थना संपल्यावर गुरुजींनी मला त्यांच्या खोलीत बोलावून घेतलं. कुणाला कधी काही खास सांगायचं असलं किंवा कुणाचं वागणं चुकल्यावर जर तिला सुनवायचं असलं, तर रात्रीच्या प्रार्थनेनंतर अशी भेटायची गुरुजींची पद्धत होती.

'बस बेटा.'

मी बसले.

'तुझ्यावर उद्यापासून फार मोठी जबाबदारी पडणार आहे. आतापर्यंत ह्या आश्रमात तू जे जे काही ऐकलंस, पाह्यलंस, त्या सगळ्याची कसोटी उद्या लागणार आहे. गांगरून जाऊ नकोस. गोंधळून जाऊ नकोस. भावनेच्या आहारी जाऊन कोणतेही निर्णय घेऊ नकोस. कारण भावना माणसाला प्रत्येक वेळी योग्य निर्णय घेऊ देईलच ह्याची खात्री नसते. प्रत्येक गोष्ट बुद्धीच्या निकषावर घासून पाहायची ही माझी आश्रमातल्या प्रत्येक व्यक्तीला शिकवण आहे. भावनाप्रधान माणसाला जगात सारखे आधार शोधावे लागतात. पण बुद्धिप्रधान माणूस हा स्वत:लाच नव्हे तर, इतरांना आधार ठरतो. तुम्ही सगळ्या आश्रमात वाढलात. लग्नानंतर इतर मुलींना माहेर असतं. तुमच्या दुर्दैवानं तुम्हाला ते सौख्य नाही. आश्रम तुमचाच आहे. तो तुम्हाला कधीही दूर लोटणार नाही. पण शेवटी घर ते घर, ह्या विचाराचा मलाही विसर पडत नाही. मी हा आश्रम चालवतो, तरी माझी ही भावना आहे. मग तुम्हा मुलींना काय वाटत असेल त्याची मला पूर्ण जाणीव आहे; आणि तुमच्यापैकी प्रत्येक मुलगी, स्वतंत्रपणे जगातल्या कोणत्याही कानाकोपऱ्यात, कोणत्याही परिस्थितीत मन आणि बुद्धी जागृत ठेवून वागेल याबद्दल पूर्ण विश्वास आहे. काय सांगू आणखी !'

गुरुजी गप्प बसले. मलाही काही वेळ काही सुचलं नाही. उद्या-परवा हा आश्रम आपण सोडायचा ही कल्पनाच मेंदू आणि काळीज कुरतडून टाकणारी होती.

मी हा आश्रम का सोडायचा ?

तर कोणत्या एका देशमुख नावाच्या माणसाला त्याच्या मुलीची एकाएकी अठरा वर्षांनंतर आठवण झाली म्हणून. ह्या विचारासरशी मी गुरुजींना विचारलं,

'गुरुजी, एकाएकी मी हा आश्रम का सोडायचा ?'

'नानासाहेब देशमुखांसाठी.'

'त्यांचा आणि माझा काय संबंध आहे ?'

'आहेही आणि नाहीही.'

'त्यांना माझी आता अठरा वर्षांनंतर...'

'बेटा, मला तू हा प्रश्न विचारू नकोस. तुझं तोंड गप्प करायचं म्हणून मी हे म्हणत नाही. तो माझा धर्म नाही हे तू जाणतेस. अधिकाराच्या जोरावर आपण जेव्हा दुसऱ्या माणसाला गप्प करायचा प्रयत्न करतो, त्यामागं अधिकाराच्या भावनेपेक्षा भीतीची भावना मोठी असतेच; पण कदाचित निरुत्तर होऊ ह्याची दहशत असते. ह्याचाच अर्थ सत्याची आपल्याला भीती वाटते. विचारल्या जाणाऱ्या प्रश्नाला आपल्याकडे उत्तर नाही हे सत्य ! त्या सत्याला आपण घाबरतो आणि मग बाजू लंगडी पडायला नको म्हणून, दुसऱ्या गोष्टीचा आधार घेऊन आपण समोरच्या माणसाचं तोंड गप्प करतो. हा मार्ग नेहमीच फसवणारा असतो. वंचना, आत्मवंचना म्हणतात ती ह्यालाच. ह्यामुळं दोन माणसं घायाळ होतात. दडपशाहीमुळं बोलू न शकणारा आणि खुद्द दडपशाही करणारासुद्धा. एक घायाळ झाल्याचं इतरत्र दाखवीत सुटतो, दुसरा दाखवत नाही, एवढाच फरक ! पण त्यात गंमत अशी की, जो उघडपणे दर्शवीत नाही तो कायम आतल्या आत धास्तावलेला असतो. आता मात्र हा प्रश्न तू मला विचारू नकोस असं मी जे म्हणतोय त्याचं कारण इतकंच आहे की, खुद्द हे सगळे प्रश्न तू मला विचारण्यापूर्वी मी स्वतःला विचारलेले आहेत. त्या प्रश्नांची उत्तरं सध्याच्या परिस्थितीत कुणाजवळही नाहीत; त्याबद्दल माझी पूर्ण खात्री पटलेली आहे. म्हणून तुला सांगतो की, मला हे प्रश्न विचारू नकोस. कदाचित देशमुखांजवळ त्याची उत्तरं असतील.'

'त्यांना मी हे प्रश्न विचारू शकते का ?'

'जरूर. एकमेकांच्या आयुष्यात आता तुम्हा दोघांचा प्रवेश होणार आहे. जास्तीत जास्त डोळसपणानं त्या आयुष्याचा स्वीकार करणं तुम्हा दोघांना हितावह आहे. मन संपूर्ण निःशंक करणं म्हणजे डोळस होणं. मन स्वच्छ करून घेण्याचा अधिकार कुणालाही हिरावून घेता येणार नाही. ज्याचा तोच त्या पवित्र कार्याच्या आड येतो. मन संपूर्ण निःशंक करून घ्यायला आमचे आम्हीच तयार नसतो.

'असं का गुरुजी ?'

'आपल्याला कमीपणा स्वीकारावा लागेल ह्याची भीती, किंवा अहंकार, म्हणजेच असत्याची जवळीक.'

'अगदी नक्की ?'

'दुसरं काय असेल ? सत्यावर जर आपण अव्यभिचारी निष्ठा ठेवली तर, सत्य माझ्या बाजूला आहे का विरुद्ध माणसाच्या बाजूला आहे असले विचारच

संभवत नाहीत. फार कशाला, खुद्द दोन बाजू, ही अवस्थाच संभवत नाही. सत्य ही एकमेव अवस्था उरते. आपण त्यात मिसळून जायचं, विरून जायचं ठरवलं की, द्वैत राह्यलंच कुठं ? ह्या भावनेतून नानासाहेब देशमुखांकडे पहा. सत्याची बाजू त्यांच्याकडे झुकते असं वाटलं तर, त्यांच्या जीवनात विरून जा. द्वैत उरणार नाही. दुःख राहणार नाही. ह्या आपल्या आश्रमात मी पुष्कळदा कुंकू सिनेमा तुम्हा सगळ्यांना दाखवला आहे. त्यातली ती ओळ आठवते का ?'

—गुरुजींना काय सांगायचं आहे हे समजून मी म्हणाले,

'हो ! जा वेगे दुःखाच्या समोरी, त्याजवळी सुखाचा वास करी.'

एका आलिशान हॉटेलात मी आणि देशमुख समोरासमोर बसलो होतो. किती वेळ ते आठवत नाही.

ते म्हणाले,

'बोल वीणा. आज काहीही बोल. काहीही विचार.'

तरी मी गप्प होते. मी त्यांना काय विचारणार ? हा असा प्रसंग, माझ्याच काय पण उभ्या जगात कुणाच्या तरी आयुष्यात आला असेल का ? अठरा वर्षांत प्रथम एक गृहस्थ, वडील ह्या नात्याने भेटतो आणि आश्रमापलीकडे, अठरा वर्षांत ज्या मुलीनं जग पाहिलेलं नाही तिला म्हणतो—

काहीही विचार.

— काय विचारणार ?

एकमेव प्रश्न. माझी आठवण आपल्याला एवढ्या उशिरा का व्हावी ? हा प्रश्न मी ह्यांना विचारू शकते का ?

माझ्या ओठांची न कळत हालचाल झाली आणि मी तशीच थांबले.

'बोल, बोल. मोकळी हो आणि बोल. तुझ्या वडिलांशीच तू बोलणार आहेस. परक्या माणसाबरोबर नाहीस तू. तुला कसला संकोच वाटतोय !'

'आपण मला अठरा वर्षांनी आज प्रथम भेटलात. तेही मोठ्या चमत्कारिक परिस्थितीत, विचित्र नात्यानं.'

'मान्य आहे.'

'माझ्या मनाचा गोंधळ उडालाय. मी काही विचारू शकत नाही. तुम्ही मला काहीही विचारा, काहीही सांगा, मी ऐकते.'

'देशमुख पण गप्प बसले. त्यांनाच पुन्हा सुरुवात करावी लागली,

'उद्या, तू आपल्या घरी येणार. तुला काय वाटलं, हे प्रथम ऐकलंस तेव्हा ?'

'माझी अगदी पहिली प्रतिक्रिया सांगू ?'

'अवश्य.'

'तुम्ही मला एवढ्या उशिरा घरी का नेताय आणि मीदेखील का जायचं लगेच आश्रम सोडून, असं वाटलं.'

'ही अत्यंत स्वाभाविक प्रतिक्रिया झाली. ह्यात काहीच गैर नाही. तुझ्या जागी जर मी असतो, तर मी असाच विचार केला असता.'

'तुम्ही त्या प्रसंगी जायला तयार झाला असतात का ?'

मी प्रश्न विचारला आणि वाटलं, हा प्रश्न तसा निरर्थक होता. त्यांच्या होकार-नकारावर माझे विचार थोडेच बदलणार होते का ?

खिशातल्या रुमालानं कपाळावरचा घाम पुसत देशमुख म्हणाले,

'वीणा, तुला एक सांगू का ?'

'सांगा.'

'ह्या तऱ्हेने प्रश्न एकमेकांना विचारून आपण काहीच साधणार नाही. अशी कल्पना कर, मी जर तुला विचारलं, की माझ्या जागी जर तू असतीस, तर अठरा वर्षांनंतर आपल्या मुलीला आश्रमातून आणलं असतंस का ? — तर ह्या प्रश्नाचं काय उत्तर आहे तुझ्याजवळ ?'

मी मान हलविली.

'परिस्थितीनं तुला एकटीला कोंडीत पकडून तुझ्यासमोर पेच निर्माण केलाय असं तू समजू नकोस. मीही त्यात सापडलोय.'

देशमुख असं म्हणाले मात्र, मी पटकन विचारलं,

'म्हणजे, आता मला घरी न्यायला परिस्थितीनं तुम्हाला भाग पाडलं म्हणून तुम्ही आलात असं मी समजू का ?'

'भाग पाडलं असं नाही, तर आता परिस्थिती अनुकूल झाली, म्हणून लगेच आलो मी.

'तुमच्या दृष्टीनं तुम्हाला सगळं सोपं आहे आयुष्य.'

'असं कसं म्हणतेस ?'

'तुमचं लग्न होण्यापूर्वी माझा जन्म झाला. मला संभाळणं शक्य नव्हतं तेव्हा माझी रवानगी आश्रमात करून, तुम्ही परिस्थितीतून सुटका करून घेतलीत. परिस्थिती सुधारल्यावर आश्रमातून न्यायला आलात. म्हणजे मला आश्रम नको होता त्या वयापासून मला आश्रम जवळ करावा लागला, आणि आता मी आश्रमाच्या जीवनातला एक भाग झाले तेव्हा, तुम्ही आश्रम सोडायला लावताय. मी आता काय करावं, सांगा !'

'बाळ, अगदी खरं खरं बोललीस; पण काही नवं बोलली नाहीस.'

'म्हणजे काय ?'

'वीणा, तुझ्यापुढं ही प्रश्नमाला उभी राहण्यापूर्वीच ती माझ्यासमोर उभी राह्यली, ह्यावर तरी तू विश्वास ठेवशील का ?'

'जरूर ठेवते. पण ही तुम्ही आपण होऊन तुमच्यापुढं, स्वत:च्या हातांनी उभी केलीत असं नाही का ? मला घरी आणायचं हा निर्णय तुमचा आणि त्याच्यापाठोपाठ येणारी ही प्रश्नमाला पण तुमचीच, असं नाही का ?'

'सगळं माझंच आहे ग. मी कुठं नाकारतोय ? पण हे सगळं काल-आज निर्माण झालेलं नाही. ज्या दिवशी तुझा जन्म झाला त्या क्षणापासून मी ह्या प्रश्नचिन्हांशीच लढत आलो. तुला वाटतंय की, अठरा वर्षं तू एकटीनं वनवास भोगलास. पण तसं नव्हतं. अठरा वर्षं मीसुद्धा वनवासातच काढली. तुझा वनवास समाजाला उघड उघड दिसत होता. तुला समाजाचं प्रेम मिळालं नसेल, पण सहानुभूती मिळाली, अनुकंपा मिळाली. दुवे मिळाले. आशीर्वाद मिळाले. आश्रमातल्या तुझ्यासारख्या शंभर-सव्वाशे निष्पाप जीवांवर झालेले घाव समाजाला समजू शकत होते. माझी मात्र तशी परिस्थिती नव्हती. मी आतल्या आत जळत राह्यलो. ते जळणं कुणाला कळलं नाही. कळवता येण्यासारखं नव्हतं. असं म्हणतात की, सर्वांत दु:खी कोण ? तर पाण्यातला मासा. कारण पाण्यातच राहायचं असल्यामुळं त्याच्या डोळ्यात येणारं पाणी कुणाला कळत नाही. अठरा वर्षं मी माशासारखा अश्रू लपवीत जगलो. ह्यातून मी सुटका शोधीत होतो. ती सुटका झाली. पण तोवर मध्ये हा एवढा काळ गेला. आज मी पत मिळवली, दानत निर्माण केली, अफाट वैभव मिळवलं. समाज आज माझ्यापुढं वाकला आहे. आज मी कोणतंही अनैतिक कृत्य केलं, तरी ते कृत्य शिरोधार्य मानण्याइतका समाज बुद्दू आहे. मग कोण्या एके काळी हातून घडलेला प्रमाद मी जर आज निस्तरायला निघालो तर समाज मध्ये का येईल ? प्रश्नचिन्हांशी सामना देण्याची इतकी वर्षं ताकद होती. आता थकलो. आता प्रश्नचिन्हं पुसून टाकायची आहेत सगळी. पण हे एक प्रश्नचिन्ह असं आहे, की जे मी एकटा पुसून टाकू शकत नाही. त्यात तुझा वाटा मोठा आहे. तुझं सहाय्य हवं आहे.'

मी सुन्न झाले. माझ्या डोळ्यांत पाणी आलं. टेबलावरून वाकत देशमुखांनी त्यांच्या रुमालानं माझे डोळे पुसले. रुमालाला येणारा सुगंध त्या तशा मन:स्थितीत पण जाणवला. मी विचारलं,

'आपण आपल्या घरी माझी काय ओळख करून देणार आहात ?'

'तू येण्यापूर्वीच तुझी ओळख घरी झालेली आहे. दोन महिन्यांपूर्वी माझे वडील वारले. कदाचित तू पेपरमध्ये वाचलं असशील. ही गोष्ट वडिलांना सांगण्याचं मला परवापरवापर्यंत धाडस नव्हतं. ते वारल्यावर मी आईला ही

गोष्ट सांगितली. माझ्या दोन्ही मुलांना सांगितली. मुख्य म्हणजे, बायकोला सांगितली. तिनं तिचं अंत:करण अत्यंत विशाल केलं, म्हणूनच मी तुला आता घरी चल म्हणू शकतोय. आज सगळं घर तुझ्या स्वागतासाठी, हात पसरून तुला कुशीत घेण्यासाठी आसुसलं आहे. *वीणा, बेटा, मन मोठं कर. तुझ्या बापाचा अपराध पोटात घाल. माझ्या पत्नीनं मला उदार मनानं क्षमा केली. तिच्याएवढी तू मोठी हो. मला तृप्त कर. 'हो' म्हण. मला पपा म्हण आणि माझं घर धन्य कर.'*

'मी येईन उद्या.'

पपांनी डोळे पुसले. आम्ही उठलो.

देशमुखांनी सांगितल्याप्रमाणे खरोखर सगळी वास्तू, हात पसरून मला कुशीत घेण्यासाठी उभी होती.

माझे दोन्ही भाऊ समोरच होते. त्यांच्या मागे हातात तुकडा घेऊन एक बाई उभी होती.

तिनं पुढं होत माझी दृष्ट काढली. हातातला भाकरीचा तुकडा माझ्यावरून ओवाळून टाकला. पायांवर पाणी घातलं आणि तिथं दरवाज्यातच मला कडकडून मिठी मारली.

तिच्या डोळ्यांतून पाण्याची धार ओघळली.

कुणीही न सांगता, आतून प्रेरणा व्हावी तसं मी म्हणून गेले,

'आई, डोळे पूस. मी आता आले आहे.'

मला मात्र रडायला आलं नाही.

कसं यावं ?—

आदल्या दिवशी देशमुखांनी मला आश्रमात सोडल्यावर, त्या क्षणी मी गुरुजींच्या गळ्यात पडून एवढी रडले, एवढी रडले की, समजूत घालून गुरुजीच नव्हे तर आश्रमातल्या मुली थकल्या. रात्रभर माझ्या डोळ्यांचं पाणी खळलं नाही. आश्रमातल्या खोल्या-खोल्यांतून मी हिंडून घेतलं. इथं माझं बालपण गेलं. आम्ही सगळ्या पोरक्या, आईबापाविना वाढणाऱ्या मुली अनेकदा ह्या वास्तूत, एकमेकींच्या गळ्यात गळे घालून हसलो आणि रडलोही.

आश्रम सोडताना विचार येत होते की, अठरा वर्षांनंतर का होईना, पण 'आपल्या घरी चल' असं म्हणणारं मला कुणी तरी भेटलं. त्या भेटीचं मला कोणतंच सोयरसुतक नव्हतं. पण इतर मुली कुठं तरी नक्की तुलना करीत कष्टी झाल्या असतील.

सगळी रात्र अशी रडण्यात गेली. आता डोळ्यांत पाणी येत नव्हतं. डोळे नुसतेच चुरचुरत होते.
देशमुख, माझे दोन भाऊ सुरेश-रमेश आणि माझी आई, सर्वांनी माझ्याबरोबर फिरून मला सगळं घर दाखवलं. नंतर एका बंद दरवाज्यासमोर येऊन आम्ही उभे राह्यलो. त्या दरवाजावर एक तोरण लावलेलं होतं. देशमुख म्हणाले,
'दार उघड.'
मी ते दार लोटलं. देशमुख म्हणाले,
'ही तुझी खोली.'
खोलीतून उदबत्तीचा मंद सुवास आला.
माझ्याबरोबर त्या माझ्या खोलीत सर्वजण काही वेळ थांबले. मग देशमुख म्हणाले,
'तिला जरा वेळ आता एकटीला बसू दे तिच्या खोलीत. ती आता फार शिणून गेली आहे. कालपासून तिच्यावर फार ताण पडलाय.'
सगळी बाहेर गेली. सर्वांच्या मागून देशमुख गेले आणि जाताना त्यांनी दरवाजा लोटून घेतला.
खोलीच्या चारही भिंतीकडे मी आळीपाळीनं पाहत राह्यले. मला दिलेल्या त्या खोलीत एक कॉट होती. कॉटला लागून एक स्टूल होतं. त्याच्यावर एक अत्यंत आकर्षक, भारी टेबल-लॅम्प होता. त्याच्या शेजारी तीन उदबत्त्या, मंद सुवास पसरवीत जळत होत्या. कोपऱ्यात एक टेबल होतं. तिथंही टेबल-लॅम्प होता. पलंगावर पडल्या पडल्या रात्रीचं वाचन करायचं म्हटलं तरी शक्य होतं. आणि टेबलाजवळ बसून वाचायचं ठरवलं तरी काही प्रश्न नव्हता. टेबलाजवळच ड्रेसिंग टेबल होतं. संपूर्ण प्रतिबिंब दिसेल असा उंच आरसा होता. तिथंही अंगचाच दिवा होता त्याला. ड्रेसिंग टेबलावर ठेवलेले पावडरचे डबे, कुंकू, स्नोच्या बाटल्या—सगळं नवं नवं आणलेलं दिसत होतं. मी येण्यापूर्वी त्या वस्तूचं आगमन माझ्यासाठीच झालेलं होतं, हे सहज कळत होतं.
ड्रेसिंग टेबलला लागून एक मोठं कपाट होतं. ते कपड्यांचं असावं. पुढं होऊन ते उघडावं असा विचार मनात आला. पण लगेच वाटलं, हे आपलं नाही. दुसऱ्याच्या वस्तूला हात लावणं योग्य नाही.
पलंगाला लागून असलेल्या भिंतीला एक चांगली सहा फूट रुंदीची खिडकी होती. ह्या खिडकीला अत्यंत भारी पडदा लावलेला होता. पूर्वेला असलेल्या त्या खिडकीतून, सकाळची कोवळी उन्हं रोज त्या खोलीभर पसरत असणार ह्या विचारांनी मला बरं वाटलं.

मी आता ह्या खोलीची मालकीण.

तसं हे सगळं घरच आता माझं ! — पण कोणतीच भावना आता प्रकर्षानं का होत नव्हती ?

मी मोहरून पण गेलेली नाही. गोंधळलेली पण नाही. मन जड झालेलं नाही, हलकंही नाही.

स्थितप्रज्ञावस्था म्हणतात ती अशीच असेल का ?

ह्या घरात, ह्या क्षणी आणखी कुणी असं स्थितप्रज्ञ असेल का ?

देशमुख असतील तसे ?

राजरोसपणे ते मला आज ह्या घरी घेऊन आले. सुरेश-रमेश हे जुळे भाऊ बारा-तेरा वर्षांचे वाटतात. त्यांना व्यवहार नक्की कळत असणार. ते दोघं आपल्याकडे नक्की कोणत्या भावनेनं पाहत असतील ?

ह्या घरानं माझं स्वागत तर केलं. मी कोण हे ह्या घरातल्या प्रत्येक व्यक्तीला माहीत आहे. प्राप्त परिस्थितीत माझा कोणताच अपराध नाही हेसुद्धा प्रत्येकजण जाणून आहे. तरीदेखील ह्या निरनिराळ्या व्यक्तींना काय वाटत असेल ?

सुरेश-रमेश, देशमुखांबद्दल काय विचार करत असतील ?

देशमुखांच्या पत्नीनं अंतःकरण मोठं केलं.

कुणीही न सांगता मी तिला मघाशी आई म्हणाले. काल रात्रभर डोक्यात ह्या घराचा, देशमुखांचा, कशाचाही विचार नव्हता. फक्त देशमुखांची बायको, ह्या घरातली गृहिणी कशी असेल ? जी आपलं मन इतकं मोठं करू शकते ती बाई कशी असेल ? प्रत्यक्ष तिच्या मनात ह्या क्षणी काय चाललं असेल ? चेहरा किती सौम्य आहे. किती शांत आहे. ह्या बाईनं खूप खूप दुःख सहन केलं असावं असं दिसतं.

ह्या घरी ही एवढी सुबत्ता आहे, पण बाई रसरसलेली दिसली नाही. हे वैभव हिच्या अंगी लागलेलं नाही.

आपण ह्या बाईला उत्स्फूर्तपणे 'आई' कसं म्हणालो ?

काल बोलता बोलता देशमुख म्हणाले, 'मला पपा म्हण. माझं घर धन्य कर.'

देशमुखांना 'पपा' म्हणायचं ?

कसंतरीच वाटतं. तोंडात तो शब्द यायचाच नाही. कालपासून मी मनाची तयारी करण्याच्या प्रयत्नात आहे. पण 'पपा' म्हणावं असं वाटत नाही.

मला देशमुखांचा तो सगळा आटापिटा स्वार्थी वाटतो. स्वतःच्या दुःखाला त्यांनी पाण्यातल्या माशाची उपमा दिली. ते दुःखी असतीलसुद्धा, पण माझं काय ?

आश्रमाचं आयुष्य माझ्या वाट्याला आलं ते कुणामुळं ? एक नाही, दोन नाही, अठरा वर्षं समाजापासून दूर राह्यलो आपण. गुरुजींनी आपल्याला त्यांच्यापरीनं आनंदात वाढवलं. शिस्त लावली. समाधानी राहायला शिकवलं. पण तरीदेखील, आईवडिलांच्या छायेचं, कौतुकाचं जे काय सौख्य असेल, त्या सौख्याची फारकत केली ती देशमुखांनी !

अठरा वर्षांनंतर ते मला आता घराचं सुख देऊ पाहतात, ते मला सुख द्यायचं म्हणून, की स्वत:चा अहंकार सुखवायचा म्हणून ? माझी मग जी कुणी आई असेल ती या क्षणी कुठं असेल ? ह्या अठरा वर्षांत तिच्या आयुष्याचे काय धिंडवडे झाले असतील ? देशमुखांनी माझा शोध घेतला, तसा त्या कुणा बाईचा घेतला की नाही ?

माझी ती खरी जन्मदात्री ह्या जगात आज असेल का ? की माझ्या जन्माबरोबरच तिचं काही कमीजास्त...!

असली हयात, तर तिचं ते पाप लपलं असेल की, चव्हाट्यावर आलं असेल ? समाजानं तिला तेव्हा क्षमा केली असेल, की जिणं नको केलं असेल ? खुद्द देशमुख त्या काळात, त्या माझ्या आईशी कसे वागले असतील ?

मी आश्रमात आले, मला छत्र मिळालं. पण त्या वेळी माझ्या आईचं काय झालं असेल ?

देशमुखांना नाव मिळालं. वैभव मिळालं आणि त्यांचा एवढा महान अपराध पोटात घालणारी पत्नी मिळाली. आज ते राजरोसपणे वावरत आहेत. पण माझ्या आईला त्या काळात, तिचा तो अपराध पोटात घालून तिचा स्वीकार करणारा, मोठ्या अंत:करणाचा पुरुष भेटला असेल का ?

इतक्या मोठ्या अंत:करणाचा पुरुष संभवतो का ?

जिचं अंत:करण जास्तीत जास्त क्षमाशील, ती खरी स्त्री. ती खरी आई. देशमुखांच्या घरी त्यांची पत्नी त्यांची आई झाली ह्या बाबतीत. ती पत्नी असेल, पण त्याच्या किती तरी पट अधिक ती आई आहे.

आई...आई...आई...!

'घाबरण्याचं कारण नाही. अती विचार, मानसिक ताण ह्यापायी केवळ आलेला थकवा आहे. त्याचा ताप आहे. डोंट वरी.'

आजच्या दिवसात, मला तपासायला आलेल्या पाचव्या डॉक्टरांनी तेच निदान केलं. देशमुख माझ्या उशाशी बसले होते. त्यांनी माझा हात हातात घेतलेला होता. पायाशी आई बसली होती. समोर गुरुजी उभे होते.

माझ्या तापाचा आजचा तिसरा दिवस होता.
त्या घरी येऊन मला तीनच दिवस झाले होते. पण माझ्या तापानं सगळं घर इतक्या जवळ आलं होतं की, मध्ये काही भिंती राहिल्या नव्हत्या.
उशापायथ्याशी माणसं होती.
सुरेश-रमेशची धावपळ चालली होती. आई अधूनमधून यायची. देशमुख त्यांचा जीव माझ्या खोलीत ठेवून कामावर जायचे. पण त्यांनी त्यांच्या खोलीतला फोन माझ्या पलंगाजवळ आणून ठेवला होता. माझ्या औषधांच्या वेळी त्यांचा बरोबर फोन येत होता.
'वीणा बेटा, औषधाची वेळ झाली तुझी. घेतलं ?'
'घेतलं.'
'वर दूध घेतलं की नाही ?'
'घेतलं.'
'शांत पडून रहायचं.'
'हो.'
'कसला विचार करायचा नाही.'
'मी विचार नाही करत कसला.'
'असं म्हणतेस, पण झोपेत बडबडतेस.'
'कधी ?'
'काल रात्रभर बोलत होतीस.'
'कोण म्हणतं ?
'कुणी कशाला म्हणायला हवं ? मी रात्रभर उशाशीच होतो.'
'तुम्हाला झोप नाही माझ्यामुळं ?'
'त्याचा आता विचार नाही करायचा. मी येतोच आहे संध्याकाळी. स्वस्थ पडून राहायचं. समोर कृष्णाची मूर्ती आहे. मनन कर.'
'हो.'
असे सारखे फोन यायचे.
डॉक्टरांच्या तर तीनतीन खेपा व्हायच्या.
सुरेश-रमेश जाऊन-येऊन असायचे.
इतकंच काय, पण जिना चढवत नसताना देशमुखांची आई, म्हणजे माझी आजी, तिच्याही चार खेपा व्हायच्या.
संध्याकाळी देशमुख कामावरून आले की, सरळ माझ्या खोलीत यायचे. रात्रीच्या जेवणापर्यंतचे सगळे व्यवहार माझ्याच खोलीत व्हायचे. रात्री मला झोप लागेपर्यंत ते मला काही ना काही वाचून दाखवायचे. आश्रमात, सकाळी

सहा वाजता प्रार्थना व्हायची. अठरा वर्षांची ती सवय. देशमुखांनी दुसऱ्याच दिवशी एक संगमरवरी श्रीकृष्णाची मूर्ती नऊशे रुपयांना विकत आणून तिची विधिपूर्वक प्राणप्रतिष्ठा माझ्या खोलीत केली.

पलंगावर पडल्या पडल्या मी तो सोहळा पाह्यला.

असं कुठं काही कमी नव्हतं.

आणि त्याचाच अतीव ताण पडला होता.

गुरुजी, देशमुख आणि आई व आजी जाता येता सांगायच्या-

'अगदी कशा-कशाचा विचार करायचा नाही.'

रात्री-अपरात्री जाग यायची. बघायची तो, उशाशी देशमुख जागे असायचे; पण माझ्या तोंडून मात्र पहिला प्रश्न जायचा,

'आई कुठाय ?'

'मघाशीच गेली झोपायला. आणू का उठवून ?'

'नको.'

'मला सांग ना काही हवं असेल तर.'

'काही नको. उगचीच जरा घाबरल्यासारखं होतं.'

—देशमुख मला मग झोप लागेतो थोपटत रहायचे.

त्या तापानं माझे पंधरा दिवस खाल्ले.

नंतर हवापालट करण्यासाठी म्हणून देशमुख मला खंडाळ्याला घेऊन गेले. बरोबर सुरेश-रमेश होते. आई मात्र येऊ शकली नाही.

देशमुखांनी माझं नाव कॉलेजात घातलं.

माझ्या एकटीच्या दिमतीला त्यांनी त्यांची फियाट दिली. दुसरी गाडी सुरेश, रमेशच्या ताब्यात होती. देशमुखांना त्यांच्या उपयोगासाठी ऑफिसाची गाडी असायची.

माझ्या खनपटीला बसून बसून देशमुखांनी मला ड्रायव्हिंग शिकायला लावलं.

पहिल्यांदा मी जेव्हा एकटीच गाडी घेऊन बाहेर पडले, तेव्हा जर प्रथम कुठं गेले असेन तर आश्रमात.

गुरुजींनी विचारलंच,

'कशी काय आलीस अचानक ?'

'एकटी आले मोटार चालवीत. प्रथम म्हटलं देवळात जावं. म्हणून इथं आले.'

'अरे वा, प्रगती आहे म्हणायची !'

'कसली प्रगती ?'

'पूर्वी आश्रम तुला घरासारखा वाटायचा. आता देवळासारखा वाटू लागला. म्हणजे देशमुखांचं घर आता स्वत:चं घर वाटायला लागलं की नाही ?'

'नाकारू कशाला ? तुम्ही म्हणता ते खरं आहे. पण गुरुजी, ह्याचं श्रेय कुणाला आहे म्हणून सांगू ?'

'देशमुखांना.'

'त्यांना नाही. जिनं अंत:करण मोठं करून माझा स्वीकार केला, देशमुखांना क्षमा केली त्या माझ्या आईला.'

'मला माहीत आहे ते सगळं.'

'ते सगळं म्हणजे काय माहीत आहे ?'

'तुझा ओढा देशमुखांपेक्षा त्यांच्या पत्नीकडे जास्त आहे ते.'

'तसं झालंय खरं.'

'काही खेद करण्यासारखं नाही त्यात. पण थोडी माया, प्रेम ह्याचा वाटा त्या माणसालादेखील मिळू दे.'

'मला पटतं हे गुरुजी; पण...पण...'

'पण काय ?'

'त्यांच्याबद्दल आदर वाटतो. मस्तक झुकतं...पण-'

'अंत:करण हलत नाही, असंच ना ? असं का व्हावं काही कळत नाही.'

'कळत नाही मलाही. माझ्यासाठी किती जीव टाकतात म्हणून सांगू ! पण तरीदेखील त्यांनी प्रथम माझ्यावर फार फार अन्याय केला हा विचारच डोक्यातून जात नाही. मला रात्रंदिवस डोळ्यांसमोर आश्रम दिसतो. माझ्या शंभर-सव्वाशे हतभागी बहिणी डोळ्यांसमोर येतात. त्या सर्वांची मला गेली अठरा वर्षं आठवतात. अजून इथं एकेका दिवसाच्या वयाची मुलं तुम्ही आणता. कोवळी कोवळी, लाल-लाल, निराधार, निष्पाप जीव. त्यांची इच्छा नसताना ती ह्या जगात आलेली. अशाच कोणत्या तरी देशमुखांनी त्या अर्भकांचं पितृत्व नाकारलं, म्हणून ती कोवळी मुलं इथं आलेली. ज्या तऱ्हेनं अठरा वर्षांपूर्वी मी आले, त्या तऱ्हेनं. हेच हेच, सारखे हेच विचार मनात येतात देशमुखांकडे पाह्यलं की ! असे विचार येऊ देणं हे फार फार वाईट आहे हे कळतं मला; पण तरी ते विचार येतात. छळतात. देशमुखांच्या घरात मी आता वाढतेय. ही झुळझुळीत पातळं आयुष्यात प्रथम नेसतेय. त्यांच्या मोटारीतून हिंडते. सगळं सगळं आबादी-आबाद आहे. पण डोक्यात एकदा हे असे सुरुंग उडायला लागले, की काही सुचत नाही. काही वळत नाही. काय करू सांगा !'

गुरुजी काही सांगणार तेवढ्यात आश्रमातल्या मुली धावल्या. माझ्याभोवती

गराडा पडला. मिठ्यांचा वर्षाव झाला. एकदोघींनी तर चक्क मुकेही घ्यायला कमी केलं नाही. मग मात्र सगळ्या सगळ्याचा विसर पडला.
आजूबाजूंचं अफाट जग लहान झालं. जगाचा आश्रम झाला, ज्याची लोकसंख्या होती फक्त शंभर किंवा सव्वाशे.
किती तास गेले, कोण जाणे !

कॉलेजमध्ये वेळ चांगला जाऊ लागला.
कॉलेजात मी मोटार घेऊन जायची. त्याचं सगळ्यांना कुतूहल वाटायचं, कौतुक वाटायचं.
घरी तर अनेकदा दृष्ट काढली जायची. दृष्ट काढायला लावण्यात आजीचाच नेहमी पुढाकार असायचा.
देशमुख तर माझ्या आसपास सारखे असायचे. रात्रीची मी अभ्यासाला बसले की, ते ऑफिसच्या फायली घेऊन यायचेच. एकाच टेबल लँपच्या प्रकाशात मग माझा अभ्यास आणि त्यांचं काम सुरू व्हायचं.
शनिवार-रविवार नाटक किंवा सिनेमा ठरलेला. देशमुखच तिकिटं काढून आणायचे.
आमच्या दोन-दोन मोटारी निघायच्या. सुरेश-रमेशच्या मोटारीत आई असायची. माझी मोटार मी चालवायची आणि देशमुख, माझ्या ड्रायव्हिंगची तारीफ करीत माझ्या गाडीत असायचे.
नाटक-सिनेमा सुरू असताना पण देशमुखांचं लक्ष माझ्याकडे असायचं. नाटकातल्या एखाद्या विनोदानं थिएटर हसायचं आख्खं. त्या वेळी स्वत: हसायचं विसरून, मी तो विनोद एंजॉय करते की नाही हे आजमावण्यासाठी देशमुख माझ्याकडे पहात रहायचे.
मी त्यांना हसायला हवी होते. फुलायला हवी होते. धुंद व्हायला हवी होते. रसरशीत व्हायला हवी होते. तृप्त व्हायला हवी होते.
त्यासाठी ते अहर्निश झटत होते.
अठरा वर्षांच्या माझ्या भूतकाळात, आयुष्यात जेवढी सौख्याची दालनं असतात-ज्यांना मी पारखी झाले होते, ती सगळी दालनं एकाच वेळी देशमुख माझ्यासमोर उघडत होते. त्यांना आता उसंत नव्हती, थांबायला सवड नव्हती. मी थांबलेली खपत नव्हतं.
श्वास न घेता, सगळ्या दालनांतून मी सारख्या भराऱ्या माराव्यात, खावं, प्यावं, ल्यावं, गावं आणि धुंद व्हावं ही त्यांची इच्छा होती.
अठरा वर्षांतला हिशोब त्यांना जणू अठरा सेकंदांत चुकता करायचा होता.

त्यांनी मला सगळा हिंदुस्थान दाखवला. दिल्ली, आग्रा, फत्तेपूर शिक्री, अबू, काश्मिर, वृंदावन...सगळं सगळं पालथं घातलं.
रेल्वेचा रे रे करीत होणारा प्रवास त्यांना मंजूर नव्हता. तेवढी सवड पण नव्हती. त्यांच्या कल्पनेतल्या भराऱ्यांशी थोडीफार बरोबरी फक्त विमानांची होत होती.
मी एम. ए. होईपर्यंतची ती मधली वर्षं खरोखर कशी संपली हे कळलं नाही !
त्या सहा वर्षांच्या कालखंडाला दुःखाचं म्हणता येईल असं एकच गालबोट लागलं.
ते म्हणजे आजीचा, देशमुखांच्या आईचा मृत्यू.

मी एम. ए. झाले आणि कॉलेजातल्या प्राध्यापकांशी माझं लग्न ठरलं.
देशमुखांना ही गोष्ट सुरेश-रमेशकडून समजली. ही गोष्ट म्हणजे, माझं प्रा. गडकरी ह्यांच्यावर प्रेम बसलंय ही ! देशमुखांनी लगेच गडकऱ्यांची भेट घेतली आणि लग्न पक्कं करून टाकलं.
लग्न ठरवताना पण त्यांना थांबायला सवड नव्हती. इतर जी जी सौख्यं देणं देशमुखांच्या हातात, शक्तीत होतं, ती सगळी सौख्यं त्यांनी माझ्यावर सहा वर्षांत उधळली होती. सुरेश-रमेशवर त्यांचा जीव होताच, पण त्यांना मुलीचं वेड किती होतं ते गेल्या सहा वर्षांत मला प्रत्येक क्षणी जाणवलं होतं.
विवाहसौख्यच फक्त मला मिळायचं राह्यलं होतं. गडकऱ्यांना लग्न लगेच व्हावं असं वाटत नव्हतं; पण मला ते सौख्यसुद्धा तातडीनं मिळावं ह्यासाठी देशमुखांचीच घाई चालली होती.
घाईघाईनं देशमुखांनी लग्नाचा दिवस ठरवला आणि मग माझ्या विवाहाच्या कल्पनेनं त्यांची झोप उडाली. ते थकून गेले. एक-दोनदा मी त्यांना प्रत्यक्ष रडताना पाहिलं.
लग्न लागलं.
विवाहाचा सोहळा अख्ख्या मुंबईत गाजला.
वैभवानं डोळ्यांचं पारणं फिटलं.
हनीमूनला सिमल्याला जायचं ठरलं.
देशमुख, सुरेश-रमेश स्टेशनवर निरोप द्यायला आले. गाडी हलणार तशी, देशमुखांच्या डोळ्यात पाणी आलं. घशातल्या घशात कढ दाबीत ते भरलेल्या आवाजात गडकऱ्यांना म्हणाले,
'माझ्या वीणाला संभाळा.'

देशमुखांचा हात पकडीत मी म्हणाले,
'तुम्ही किती केलंत हे मी सांगू शकणार नाही. ह्या जन्मी सोडाच, पण
पुढच्या सात जन्मांतदेखील माझ्या भावना व्यक्त करायला मला शब्द
सापडणार नाहीत. मी तुमच्यासाठी काय करू, सांगा !'
तेवढ्यात गाडी हलली.
गाडीबरोबर चालत, डोळे न पुसता देशमुख म्हणाले,
'मला एकदाच, अंत:करणापासून पपा म्हणून हाक मार. मी त्या हाकेसाठी
सहा वर्षं वाट पाह्यली.'
माझ्या डोळ्यात पाणी आलं. मी हाक मारणार, तोच प्लॅटफॉर्मवरच्या एका
हमालानं मध्येच पळायला सुरुवात केली. त्याचे पैसे राहिले होते एका
प्रवाशाकडून घ्यायचे.
मी मग नुसता हात करीत राह्यले. देशमुखांची मूर्ती दूर दूर होत दिसेनाशी
झाली. किती तरी वेळ ते हात करीत उभे होते.

मधुचंद्राहून मी परतले आणि नंतर मात्र कुंडलीतले सगळे शुभ ग्रह वक्री
व्हावे अशा घटना घडायला लागल्या.
केवळ चार दिवसांच्या तापाचं निमित्त होऊन आईनं ह्या जगाचा निरोप घेतला.
डॉक्टरांनी सांगितलं, 'मेंदूतली धमनी अकस्मात तुटल्यामुळं हे घडलं.'
आता हे असं का व्हावं ?
तर विचारांचा ताण असह्य झाला म्हणून. त्याचा अर्थ मी माझ्याशी इतकाच
लावला, तोही माझ्यापुरता की, माझ्या आगमनापायीच आईला एवढा मनस्ताप
झाला. तिनं माझं स्वागत केलं. सहा वर्षं ती माझ्याशी चांगली वागली. पण
नेहमी दबलेली वाटायची. उदास वाटायची. ती कधी फुलली नाही. संसारात
स्वत:ला हरवली नाही. तिनं देशमुखांना क्षमा केली. पण तेवढ्या मोठ्या
गुन्ह्याला क्षमा करता येण्यासाठी जी ताकद लागते ती आईत नसावी. तिनं
धारण केलेली शांती तिलाच पेलली नाही. न पेलणाऱ्या पट्टीत ती गात
राह्यली. ती पट्टी आपलीच आहे, आपल्याला ती सहज पेलते आहे असं
भासमय विश्व तिनं स्वत:भोवती उभं केलं. त्या वलयात तिनं कुणाला डोकावू
दिलं नाही. त्याच वलयानं तिची ती मग पिचून गेली. आतल्या आत ती
फुटली.
देशमुख माझ्यावर उधळून जाऊन जी माया करीत होते, त्याच्या दर्शनानं ती
पोळून निघाली. हे पोळणं तिला कुणाला सांगता आलं नाही. कारण ती मग
फार छोटी ठरली असती. अशी ती आई मग आतल्या आत जळाली;

आतल्या आत खोल डोहात बुडाली. तिनं आतल्या आत समाधी घेतली. तिनं धारण केलेली क्षमाशील वृत्ती, तिचाच बळी मिळाल्यावर शांत झाली! आणि आईला जिवंत समाधी घ्यायला भाग पडलं ते केवळ देशमुखांमुळं. त्या माउलीपुढं, पर्वतप्राय मूर्तीपुढं देशमुख आणखीन आणखीन छोटे ठरले. हे खुद्द देशमुखांनी जाणलं!

ते एकदम थकले. वृद्ध झाले. त्यांचं सगळ्यातून मन उडालं. टवटवीत वृत्ती कोमेजून गेली. हसरा चेहरा मलूल झाला.

जीवनातला, जगण्यातला अट्टाहासच संपला.

लेकीला न्याय देता देता सप्तपदी चाललेल्या सहधर्मचारिणीवरच ते मोठा अन्याय करून बसले.

हे त्यांच्या मनानं घेतलं असावं.

त्यांनी अंथरूण धरलं.

त्यातून नक्की उठले असते.

पण अंथरुणाबरोबरच त्यांनी मौन धरलं.

त्यांना बोलतं करण्याचा प्रयत्न प्रत्येकानं हरप्रकारानं केला; पण त्यांनी मौन-मिठी सोडली नाही.

ह्या माणसानं आयुष्यभर उत्कटतेनं फक्त प्रेमच केलं. त्यांची उत्कटता किती म्हणजे किती तीव्र होती ह्याचा अनुभव मी एक नाही, दोन नाही, सतत सहा वर्षं घेतला होता. ज्या उत्कटतेनं त्यांना मनमुराद आयुष्य उपभोगण्याची संजीवनी दिली, त्याच उत्कटतेनं, त्यांच्यावर जेव्हा घाव करण्याची वेळ आणली तेव्हा, जो घाव केला तो वरवर निसटता घाव केला नाही.

बायकोच्या अकाली मृत्यूला आपण जबाबदार आहोत हेच देशमुखांनी मनात घेतलं.

त्यात त्यांची शुद्ध गेली.

कधी काही बेशुद्धीत बोललेच, तर माझं नाव घ्यायचे. 'माझी एकच इच्छा पुरी व्हायची राह्यली आहे' — असं म्हणायचे.

काल साडेअकरा वाजता देशमुख वारले!

साधारणपणे चार वाजता अंत्ययात्रा निघाली. सात वाजता सगळं संपलं.

वर्तमानपत्राचे रकाने त्यांच्या गुणगानानं भरलेले आहेत.

समोरची अक्षरं चित्रासारखी वाटतात.

सगळं जगच तसं वाटतंय. चित्रासारखं. माणसं पण चित्रं झाली आहेत.

हे काय पण ? समोर कोण उभं आहे ?

माझं सांत्वन करायला एकाही माणसाला सोडू नका म्हणून मी बजावलं होतं ना ?

नाही पण—समोर उभं आहे ते चित्र नाही.

हे तर गुरुजी. देवकुळे गुरुजी.

'बेटा...'

मी इथं कोसळले.

अश्रूंना वाट करून देण्यासाठीसुद्धा समोर तशी व्यक्ती हवी.

गुरुजी काही बोलत नव्हते. नुसती पाठ थोपटत होते. जगातल्या सगळ्या भाषा तिथं, त्या स्पर्शात अवतरल्या होत्या. एकेका दिवसाची बेवारशी मुलं जगतात, ती ह्या स्पर्शाच्या आधारावरच !-

'वीणा, बेटा मन आवर.'

मी रडत होते. रडता रडता स्वतःला विचारीत होते, मी का रडते आहे ? सौख्यामागची भावना जशी पहिल्या दिवशी देशमुखांच्या घरी मला समजली नव्हती, तशीच आता रडण्यामागची भावना कळेना. ह्या अज्ञानानं आणखीन काहूर उठवलं.

'वीणा, वेडे पोरी, किती रडशील ?'

पुन्हा हुंदके...हुंदके.

'ह्या माणसाकरता तू रडतेस. नानासाहेबांकरिता रडतेस हे पाहून बेटा, मला जरा बरं वाटतंय.'

'गुरुजी, मी...मी...मी कुणासाठी रडतेय हेच कळत नाही मला !'

गुरुजी गंभीर आवाजात म्हणाले,

'असं असेल तर मी सांगतो. हातून अन्याय घडला ह्या जाणिवेचं दुःख आहे हे.'

'अन्याय ?-कुणावर ?'

'नानासाहेबांवर.'

'ते कसं-गुरुजी ?'

'वीणा बेटा, मन घट्ट कर, खरं तर हे सगळं बोलायची वेळ ही नाही. पण तरी बोलतो. हसताना प्रतारणा झाली तर चालेल, पण रडताना होऊ नये, म्हणून सांगतो. त्याशिवाय, माझा मलाच आता हा ताण सहन होत नाही म्हणून सांगतो.'

'गुरुजी, मला भीती वाटते. पोरकं वाटतं. काय सांगणार आहात ?'

'देशमुखांचा आणि तुझा कसलाच संबंध नव्हता, हे सांगणार आहे.'

'गुरुजी...!'

'ऐक बेटा, एका दमातच मला सगळं सांगू दे. नानासाहेबांची पत्नी हीच तुझी खरीखुरी आई. लग्नापूर्वी तिनं तुला जन्म दिला. तिचं बाळंतपण आश्रमानं केलं. नियमाप्रमाणं तुला आम्ही ठेवून घेतली. आईला घरी पाठवली. तुझ्या जन्मानंतर तीन वर्षांनी तुझ्या आईचा आणि देशमुखांचा विवाह झाला. आश्रमाच्या नियमानुसार, आपलं पूर्वायुष्य, लग्नापूर्वी तुझ्या आईनं देशमुखांना सांगायला हवं होतं. पण तिच्यात तेवढं धैर्य नव्हतं. लग्नानंतर ती तुला विसरू शकली नाही. ती आतल्या आत जळत राह्यली. एवढं वैभव होतं; तळहातावर झेलणारा नवरा होता; आईवडिलांसारखे माया करणारे सासू-सासरे होते. दृष्ट लागेल अशी लवांकुशांसारखी सुरेश-रमेशची जोडी होती. पण तुझ्या आठवणीनं तुझी आई तडफडत होती. तिचं दुःख जाणण्याचा प्रत्येकानं प्रयत्न केला, पण ती गप्प राह्यली. देशमुखांचे वडील वारल्यावर, सहनशक्तीचा कडेलोट झाल्यावर, तुझी हकीकत देशमुखांना समजली. त्या क्षणी तो सर्व आरोप त्यांनी माथ्यावर घेतला. पोटच्या पोराचा पाय घसरला तर, आईबाप क्षमा करतात. पण सुनेचा पाय घसरला तर तिला क्षमा नाही हे जाणून देशमुखांनी वाईटपणा, कलंक आपल्या माथी घेतला आणि तुला ह्या घरी आणलं. तुझ्या सहवासानं त्यांना तुझं खरंखरं वेड लागलं. तुझ्यावर ते प्रेमाचा वर्षाव करीत होते. एवढं झालं, पण तुझ्या आईचं दुःख रतिभर कमी झालं नाही. वात्सल्याची भूक दाबून ठेवावी लागली. तू समोर दिसत होतीस, पण वर्षाव करायला बंदी होती. तिनं खऱ्याखुऱ्या भावना व्यक्त करायला सुरुवात केली असती, तर कदाचित सासूनं ते नक्की ओळखलं असतं. कारण ती पण एक आई होती.'

'ही कसर मग देशमुख भरून काढत होते. त्यांच्या त्या महान यज्ञाची सांगता तुझ्या 'पपा' ह्या एका हाकेनं होणार होती. पण- पण...'

गुरुजींचे पुढचे शब्द मला ऐकू आले नाहीत.

आकाशापेक्षा उंच कोण ? - तर बाप.

मी आकाशाला भेदून जाईल असा 'पपाऽ-' हंबरडा फोडला. ह्या हाकेची पपांनी वाट पाह्यली होती...सहा वर्षं.

गुरुजी म्हणाले,

'बेटा तुझ्या ह्या हंबरड्यानं ह्या भिंती हादरतील, जमीन कापेल, आकाशही कदाचित दुभंगेल, पण वीणा, बेटा, तुझ्या पपांना ही हाक नाही ऐकायला जायची. ते फार दूरवर गेलेत.'

❑

जगाला विक्षिप्त वाटतील अशा स्वत:च्या एखाद्या मतप्रणालीच्या पूर्ततेसाठी, हट्टामुळे नामशेष होऊन जाणाऱ्या, पण माघार न घेणाऱ्या अशा विक्षिप्त व्यक्तींची एकेक तऱ्हा रंगविणाऱ्या आठ खाशा कथांचा संग्रह.

कथासंग्रह

19 ₹150
ISBN 9788177663693
Follow us
e-Book Available
9788184987560
www.mehtapublishinghouse.com